இங்கே நிறுத்தக்கூடாது

அ. முத்துலிங்கம்

நற்றிணை பதிப்பகம்

இங்கே நிறுத்தக்கூடாது * சிறுகதைகள் * அ.முத்துலிங்கம் * முதல் பதிப்பு: அக்டோபர் 2019 * வெளியீடு: நற்றிணை பதிப்பகம் (பி) லிமிடெட் * எண். 136, தரைத்தளம், சோழன் தெரு, ஆழ்வார்திருநகர், சென்னை – 600 087.

* கைப்பேசி   : 094861 77208
* மின்னஞ்சல்   : natrinaipathippagam@gmail.com
* தொலைபேசி: 044 – 4273 2141
* அச்சாக்கம்   : தி பிரிண்ட் பார்க், சென்னை–600 117.

அ. முத்துலிங்கம்

அ. முத்துலிங்கம் இலங்கையின், கொக்குவில் கிராமத்தில் பிறந்து வளர்ந்தவர். கொழும்பு பல்கலைக்கழகத்தில் விஞ்ஞானப் படிப்பை முடித்தபின், இலங்கையில் சாட்டர்ட் அக்கவுண்டன்ட் படிப்பையும் இங்கிலாந்தில் சாட்டர்ட் மனேஜ்மெண்ட் படிப்பையும் பூர்த்திசெய்து இலங்கையிலும் ஆப்பிரிக்காவிலும் இன்னும் பல நாடுகளிலும் ஐ.நா.வுக்காகப் பணிபுரிந்தவர். இவர் 2000த்தில் ஓய்வுபெற்று, கனடாவில் மனைவி ரஞ்சனியுடன் வசிக்கிறார். பிள்ளைகள் இருவர்: சஞ்சயன், வைதேகி. வைதேகியின் மகள்தான் இவர் கதைகளில் வரும் அப்சரா. சஞ்சயனின் மகள் பெயர் சகானா.

அறுபதுகளில் எழுத ஆரம்பித்து இன்றும் இவருடைய பணி தொடர்கிறது. சிறுகதை, கட்டுரை, நேர்காணல், நாடகம், விமர்சனம், நாவல் என எழுதிவருகிறார். இவர் தமிழ்நாடு அரசாங்க முதல் பரிசு, இந்திய ஸ்டேட் வங்கியின் முதல் பரிசு, இலங்கை அரசு சாகித்தியப் பரிசு, கனடா தமிழர் தகவல் நாற்பதாண்டு சாதனை விருது, திருப்பூர்த் தமிழ்ச் சங்கம் பரிசு, விகடன் விருது 2012 (குதிரைக்காரன் – சிறுகதைத் தொகுப்பு), எஸ்.ஆர்.எம் பல்கலைக்கழகப் படைப்பிலக்கிய விருது (2013) ஆகியவற்றைப் பெற்றிருக்கிறார்.

எத்திசை செலினும், அத்திசை சோறே

இந்தத் தொகுப்புக்கான முழுப் பொறுப்பும் யுகன் அவர் களையே சேரும். அவர்தான் ஆரம்பித்தார்; அவர்தான் முடித்தார். அவருக்கு என் நன்றி.

வழிகாட்டி அதிகாலை ஐந்து மணிக்கே எங்களை வரச்சொல்லி யிருந்தார். நாங்கள் பத்துப் பேர் கென்யாவின் வனவிலங்கு பூங்காவில் அவருக்காகக் காத்திருந்தோம். வழிகாட்டி 'நேற்றிரவு இங்கே என்ன நடந்தது என்பதைப் பார்ப்போம்' என்றார். நான் நினைத்தேன் ஏதோ வீடியோவை காட்டப் போகிறார் என்று. அப்படி ஒன்றுமில்லை. காட்டிலே காணப்பட்ட சின்னச்சின்ன அறிகுறிகளை நுணுக்கமாக ஆராய்ந்து காட்சிகளை விவரிக்க ஆரம்பித்தார். இது சிறுத்தையின் காலடி. இதோ இந்த வழியால் ஒரு சிறுத்தை நடந்து சென்றிருக்கிறது. எங்களுக்கு முன்னே சென்ற வழிகாட்டி சட்டென்று நின்று நிலத்தை ஆராய்ந்தார். ஒரு யானைக் கூட்டம் இந்தப் பாதையில் போயிருக்கிறது. யானையின் சாணத்தில் இன்னும் ஆவி வருகிறது. அரைமணி நேரத்துக்குள் இவ்விடத்தைக் கடந்திருக்கிறது. இந்த மரத்தை பாருங்கள். இரண்டு மான்கள் இங்கே சண்டைபோட்டிருக்கின்றன. இப்படி சில அடையாளங்களை வைத்து ஒவ்வொரு காட்சியையும் விவரித்துக் கொண்டே போனார்.

எனக்கு ஓர் எழுத்தாளரின் நினைவு வந்தது. அவரும் அதைத் தானே செய்கிறார். சில சம்பவங்கள், சில குறிப்புகள், சில அனுபவங் கள், சில நினைவுகள் இவற்றை வைத்து அவர் ஒன்றைப் புனைந்து விடுகிறார். கவிதை, சிறுகதை, நாவல் எல்லாமே உருவாவது இப்படித் தான். இந்தத் தொகுப்பில உள்ள சிறுகதைகள் அவ்வப்போது இப்படித்தான் படைக்கப்பட்டன. இப்பொழுது யோசித்துப் பார்க்கும்போது அவை எப்படி முழுமை பெற்றன என்பது மறந்து விட்டது. ஆனால் செக்கோவ் சொன்னதை நான் மறக்கவில்லை. அவருடைய அறிவுரை சிறுகதையின் தொடக்கத்தையும், முடிவையும் வெட்டிவிடவேண்டும் என்பதுதான். அதை சில கதைகளில் செய் தேன். நோபல் பரிசு பெற்ற கனடிய எழுத்தாளர் அலிஸ் மன்றோ கதையிலே ஒரு நல்ல வசனம் இடையிலே புகுந்தால் அதை வெட்டி

5

விடவேண்டும் என எழுதியிருக்கிறார். நேரிலும் சொல்லியிருக்கிறார். அந்தப் பாவத்தை நான் செய்யவே இல்லை. ஒரு சிறந்த உவமைக்காக தாயாரின் மரணச்சடங்குக்கு நேரம் பிந்திப் போவதற்கும் தயாராக ஒரு நல்ல எழுத்தாளர் இருப்பார் எனச் சொல்வார்கள். அப்படி யிருக்க நல்ல வசனம் ஒன்றை வெட்டுவேனா?

இந்தத் தொகுப்பில் காணப்படும் 'இங்கே நிறுத்தக்கூடாது' கதை வெளியானவுடன் நான் பயந்ததுபோல என் நண்பர் ஒருவரிடமிருந்து தொலைபேசி வந்தது. இதிலே ஆச்சரியம் ஒன்றும் இல்லை. வழக்கமானதுதான். 'So what?' என்றார். 'அதனால் என்ன? சிறுகதை முடிந்த பின்னர் அது என்ன சொல்கிறது. அதாவது வாசகருக்கு கதையிலே எஞ்சி நிற்பது என்ன? அவர் வீட்டுக்கு என்ன கொண்டு போகிறார்?'

'எல்லாவற்றுக்கும் விளக்கம் சொல்லமுடியுமா? நீங்களும் கொஞ்சம் யோசிக்கவேண்டும்' என்றேன். 'கதையா, அல்லது கணிதப் புதிரா?' என்றார். பலவிதமான துயரங்கள் ஒருவனை நாலாபக்கமும் அழுத்திய போதும் அவன் நிம்மதியாகத் தூங்குகிறான். அவன் அகதி. இனிமேல் இழப்பதற்கு அவனிடம் ஒன்றுமே இல்லை. அதனிலும் கீழான வாழ்க்கை ஒன்று கிடையாது. சொந்தமான நாடு இல்லை என்றால் என்ன? உலகம் முழுவதுமே அவனுக்குச் சொந்தம் தான். கணியன் பூங்குன்றன் ஓர் அகதியாகக்கூட இருந்திருக்கலாம். மரம் வெட்டும் தச்சனின் சிறுவன் கோடரியுடன் காட்டுக்குள் போனால் அவனுக்கு மரமா கிடைக்காது? எத்திசை செலினும், அத்திசை சோறே.

சில நாட்களுக்கு முன்னர் ரொறொன்ரோ பல்கலைக்கழகத்தின் (telemarketing) தொலைபேசிமூலம் சந்தைப்படுத்தும் மையத்துக்கு சென்றிருந்தேன். அன்று ரொறொன்ரோ பல்கலைக்கழகத்தின் தமிழ் இருக்கைக்காக நிதி திரட்டும் நாள். மாலை ஆறு மணி. 25 மாணவ மாணவிகள் கணினிகளின் முன்னே உட்கார்ந்திருந்தனர். எல்லோ ருமே தன்னார்வத் தொண்டர்கள். தமிழ் இருக்கைக்காகத் தொலை பேசி மூலம் நிதி திரட்டுவதற்காக அங்கே கூடியிருந்தார்கள். எனக்கு ஆச்சரியமாயிருந்தது. அந்த 25 பேரில் ஒருவர்கூட தமிழர் கிடை யாது. இத்தாலியர், யப்பானியர், போலந்துக்காரர், வியட்நாமியர் இப்படிப் பலர். இவர்களுக்குத் தமிழ் பற்றி தெரிந்ததெல்லாம் கூகிளில் தேடிப் படித்ததுதான்.

இத்தாலியப் பெண்ணிடம் பேச்சுக் கொடுத்தேன். 'எதற்காக இந்த வேலையைச் செய்கிறீர்கள். பாடம் படிக்க வேண்டிய முக்கிய மான நேரத்தில் இந்தத் தொண்டு தேவைதானா? இதனால் என்ன பிரயோசனம்?' அந்த இளம்பெண் நிதானமாகச் சொன்னது என்னை ஆச்சரியப்பட வைத்தது. '2500 ஆண்டுகளாக வாழும்

தமிழ் மொழிக்கு ஓர் இருக்கை அமைந்தால் அது பல்கலைக் கழகத்துக்கு பெருமையல்லவா?' நான் திடுக்கிட்டேன். இத்தனை காலமும் தமிழ் இருக்கை அமைந்தால் அது தமிழுக்குப் பெருமை எனவே நினைத்திருந்தேன். அந்த அந்நியப் பெண்ணின் கண்களைப் பார்த்தேன். எத்தனை ஆர்வம். 'உங்கள் உதடுகளிலிருந்து கடவுளின் காதுகளுக்கு' என்றேன். 'அப்படியே ஆகட்டும்' என்றார் அவர்.

இன்று புதிதாக ஒன்றைக் கற்றுக்கொண்டேன். புதிதாக கற்பது ஒரு புதிய நாளைக் கொடுக்கிறது. கற்பதை நிறுத்தும்போது வாழ்வுக்கான அர்த்தமும் நின்றுபோகிறது. புதிய நாட்கள் நிறுத்தாமல் வந்துகொண்டே இருக்கட்டும்.

அ.முத்துலிங்கம்
கனடா
13 செப்டம்பர் 2019

சமர்ப்பணம்

நான் எழுதிய புத்தகம் ஒன்றையாவது அவர் படித்தாரா தெரியவில்லை. அது பொருட்டில்லை. அவர் பெரும் தமிழ் பற்றாளர்; புரவலர். சடையப்ப வள்ளல் இல்லாவிட்டால் கம்பர் படைத்திருப்பாரா? புரவலர்கள் முக்கியம். தமிழ் புரவலர்கள் மேலும் முக்கியம். இந்தப் புத்தகம் என் நண்பரும், புரவலரும் ஆலோசகருமான ஆண்டி கிரி அவர்களுக்கு.

உள்ளே...

செர்ரி மரம்	–	11
வந்துவிடு, டுப்புடு	–	18
எக்கேலுவின் கதை	–	26
முதல் சம்பளம்	–	33
குமர்ப் பிள்ளை	–	39
இங்கே நிறுத்தக் கூடாது	–	49
பிரதாப முதலியார். ச	–	57
ஒரு மணி நேரம் முன்பு	–	64
எங்கேயோ இப்ப மூன்று மணி	–	70
என்னைத் திருப்பி எடு	–	79
வேதாகமத்தின் முதல் பாவம்	–	88
உங்களுடன் வந்தவர்	–	96

மொழிபெயர்ப்புச் சிறுகதைகள்

மாவோவுக்காக ஆடை களைவது	–	105
லூனாவை எழுப்புவது	–	118

செர்ரி மரம்

இன்று காசு எண்ணும் நாள். என்னுடைய வருமானத்தையும், அப்பாவுக்குத் தோட்ட வேலையில் கிடைக்கும் காசையும் ஒன்றாகப் போட்டு எண்ணுவோம். பின்னர் அதை அப்பா வங்கிக்கு எடுத்துச் சென்று கடனைக் கட்டுவார். அப்பொழுது என்னை ஒருவிதமாகப் பார்ப்பார். மனதைப் பிசைந்து ஏதோ செய்யும்.

நான் வாழ்க்கையில் ஒன்றையுமே பெரிதாகச் சாதித்தவள் அல்ல. என் பெயரைத் தெரிந்து ஒன்றுமே ஆகப்போவதில்லை. படிப்பிலோ, அறிவிலோ அழகிலோ நான் ஒருவித மைல்கல்லையும் தொடவில்லை. பேசவேண்டியது என் தங்கைகள் பற்றித்தான். அவர்கள் என்னவாக ஆவார்கள் என்பது அவர்கள் உடம்புகளுக் குள்ளே அப்போவே இருந்தது. எனக்குத்தான் தெரியவில்லை. முதல் தங்கையின் பெயர் சமந்தா. அவள் செய்யும் வேலை நிபுணத்துவம் வாய்ந்தது. பூமியில் அவள்போல நூறு பேர் இருப்பார்களா என்பதும் சந்தேகம்தான்.

இரண்டாவது தங்கையின் பெயர் பமீலா. உலகத்து சோம் பேறிகளை வரிசைப்படுத்தினால் முதலாவது நிரலில், இரண்டாவது வரிசையில் மூன்றாவதாக நிற்பாள். அழகு என்று பார்த்தால் சாதாரணம்தான். புத்தகத்தைத் தொடும்போது ஒரு புழுவைத் தொடுவதுபோலத் தயக்கம் இருக்கும். உடம்பைப் பின்னால் வளைத்துப் பார்க்கவைக்கும் உயர்ந்த கட்டடங்கள் கொண்ட சிகாகோ நகரில், அதிபணக்காரர்களில் ஒருவரை மணமுடித்திருக் கிறாள். அவளுக்கு வேலையே கிடையாது. நாளுக்கு நாலுதரம் உடை மாற்றுவாள். புதுப்புதுவிதமான ஆடைகளில் கணவனுக்கு மகிழ்ச்சி யூட்ட வேண்டியதுதான் அவளுடைய கடமை.

கடைசித் தங்கையின் பெயர் ரெபெக்கா. வினாடியில் யாரையும் மயக்கிவிடும் சௌந்தர்யவதி. ரத்தம் வடிவதுபோல மெதுவாக அவள் சிரிப்பு மலரும். முகத்துக்கு வெளியே நீட்டும் இமைகள். அவள் கழுத்து சைசும், இடை சைசும் ஏறக்குறைய ஒன்றுதான். ஒரு நல்ல போர்வீரன் வாளைச் சுழற்றுவதுபோல இவள் தன் வசீகரத்தை நாலாபக்கமும் சுழற்றியபடியே இருப்பாள். என்னதான் இவள் அழகை மிகைப்படுத்திச் சொன்னாலும் அது குறைவாகத்

11

தான் இருக்கும். சமீபத்தில்தான் அவளுக்கு மணமானது. நாலு தீவிரமான காதலர்களில் ஒருவரைத் தேர்வு செய்வதற்கு மிகவும் திணறிப் போனாள்.

எங்கள் வீடு இரண்டு அறைகள் கொண்டது. வீட்டின் வலது பக்கத்துச் சுவர் பக்கத்து வீட்டுச் சுவருடன் இணைத்துக் கட்டப் பட்டிருந்ததால் அந்தச் சுவரில் யன்னல் கிடையாது. கார் தரிப்பிடப் பாதையின் முன்னால்தான் செர்ரி மரம் நின்றது. மிகப் பழமையான மரம், 100 வருடம் இருக்கும் என்று அப்பா சொல்கிறார். பக்கத்து வீட்டுக்காரருக்கு அந்த மரம் பிடிக்காது. எந்த நேரமும் அது தன் வீட்டின் மேலே விழுந்து தன்னைக் கொன்றுவிடலாம் என நகராட்சிக்கு தொடர்ந்து முறைப்பாடு செய்து அவர்கள் முடிவுக்கு காத்திருக்கிறார். நான் மார்ச் மாதத்திற்காகக் காத்திருக்கிறேன். அப்பொழுதுதான் செர்ரி மரம் பூக்கும்.

முதல் தங்கை பற்றிச் சொல்வதற்கு நிறைய இருக்கிறது. அவள் தன் உதவியாளரையே மணமுடித்து, நியூயோர்க் நகரில் முப்பது மாடிக் கட்டடம் ஒன்றில் குடியிருக்கிறாள். மேல் மாடியில் அவள் வீடு. கீழ் மாடியில் அவளுடைய அலுவலகம். கணவரும் மனைவியும் தினம் குறைந்தது 18 மணிநேரம் பல உதவியாளர்களுடன் வேலை செய்கிறார்கள். சமந்தாவை அவசரத்துக்கு தொலைபேசியில் பிடிக்க முடியாது. வார்த்தைகள் வாயைத் தேய்த்துவிடும் என்பது அவள் கொள்கை. குறுஞ்செய்தியில் மட்டுமே தொடர்பு கொள்ளலாம்.

உலகத்தில் மிகவும் பழசான, ஆனால் விலை மதிக்க முடியாத நூல்களை அவற்றின் தகைமைக்கு கேடு வராமல் கலைநயத்துடன் மீளுருவாக்கம் செய்வதுதான் அவள் வேலை. அநேகமாக ஆங்கில நூல்கள்தான் வரும். அவளுடைய கணவருக்கு ஹிப்ரு மொழி தெரியும் என்பதால் ஹிப்ரு மொழி நூல்களும் வருகின்றன. பிரிட்டிஷ் அருங்காட்சியகத்துக்கு ஒரு புராதன நூல் கிடைத்துள்ளது என்றால் உடனேயே சமந்தா அங்கே பறந்து போவாள். இஸ்ரேலின் தேசிய நூலகத்தின் தலைமைப் பணிப்பாளர் பண்டைய ஏடு ஒன்று அகப்பட்டிருக்கிறது என்று அறிவித்தால் அடுத்த நாள் அங்கே நிற்பாள். இரண்டு மணி நேர தூரத்தில் உள்ள அப்பாவையோ, என்னையோ வந்து அவள் பார்ப்பது கிடையாது.

வீட்டிலே அப்பாவும் நானும்தான். நான் சிறுவயதிலேயே என் மூளையை அறிவினால் நிரப்பிவிட வேண்டும் என ஆசைப் பட்டேன். அது நடக்கவில்லை. வருமானவரி பரீட்சைக்கு நானா கவே படித்து அதில் சித்தியடைந்தேன். என்னைத் தேடி வாடிக்கை யாளர்கள் வந்தார்கள். ஆரம்பத்தில் அவர்களுக்கு வருமான வரிக்கணக்குகளை ஒரு பயிற்சிக்காக இலவசமாக செய்து கொடுத் தேன். இப்பொழுது ஓர் அறையை அலுவலகமாக மாற்றி அதையே என் தொழிலாக்கிவிட்டேன்.

எங்கள் வீட்டு முன் அறையில் ஒரேயொரு படம் பெரிதாக மாட்டப்பட்டிருக்கிறது. அதில் நாங்கள் நாலு பேரும் காட்சியளிக் கிறோம். இதை அப்பா தன் காமிராவில் எடுத்தபோது எனக்கு வயது 14. என் தங்கைக்கு 13. அடுத்தவளுக்கு 12. கடைசிக்கு 11. நாங்கள் நாலு சகோதரிகளும் அப்போதே ஒரு முடிவுக்கு வந்திருந்தோம். நாங்கள் தனித்தனி முகப் புத்தகக் கணக்கு ஆரம்பித்தாலும் முகப்பு படமாக இதையே வைத்துக்கொண்டோம். எக்காரணம் கொண்டும் அதை நீக்கக்கூடாது. தினம் கேள்விகள் எனக்கு வரும். நீங்கள் யார்? இவரா, அவரா என்று. நான் சொல்லமாட்டேன். இடது பக்கம் கடைசியில் நிற்பது யார் என்ற கேள்வி அதிகமாக வரும். அது ரெபெக்காதான்.

அவளுக்கு முகநூலில் நிறைய நண்பர்கள் கிடைத்தார்கள். முகத்தைப் பார்க்காமலே காதல் கொண்டார்கள். அவள் ஏதாவது குறிப்புக் கொடுத்திருப்பாள். சொல்லமுடியாது. ஆண்கள் போற்று வதை விரும்புபவள் அவள். கவிதை எழுதுபவர்கள்தான் அதிகம் என்பாள். எல்லாமே திருடிய கவிதைகள். 'நான் மூச்சை விட்டால் அவன் சுவாசப்பை நிரம்புகிறதாம்.' இன்னொருத்தன் '100 நாரைகள் தரை இறங்குவதுபோல உன் வருகை அழகாக இருக்கிறது' என்பான். 'ராணுவம் ஊரைச் சுற்றி வளைப்பதுபோல என்னைச் சுற்றி வளைத்து மூச்சு விடமுடியாமல் இறுக்குவான். நிரப்பப்பட்ட மதுக் கிளாஸ்' என்று என்னை வர்ணிக்கிறான். ஆனால் பாலைவனத்து ஒட்டகம் போல மதுவை ஒரே மடக்கில் குடித்துவிடுகிறான்.'

அப்பொழுது ரெபெக்கா மணமுடித்திருக்கவில்லை. ஒருநாள் தன் புதுக் காதலனை வீட்டுக்கு அழைத்து வந்தாள். செல்பேசியை உள்ளங்கையில் வைத்து மூக்குக்கு கிட்டப்பிடித்து முகர்வதுபோல பேசுவாள். கண் சிமிட்டியபோது ஏதோ குறும்பு செய்யப் போகிறாள் என்று புரிந்தது. அவளுடைய காதலனைப் பார்த்தேன். கூர் கூராக வளர்த்து வெட்டிய தலைமுடி. மெல்லிய மிருதுவான தோலில் செய்த மேலங்கி. பளபளக்கும் காலணி. வசீகரமான முகம். இரண்டு தரம் முகத்தைத் தேய்த்துவிட்டால் இன்னும் அழகாகிவிடுவான். சிப்பி ஓடு பிளந்திருப்பதுபோல வாயால் ரெபெக்காவை விழுங்கிக் கொண்டிருந்தான். தேநீர்க் கோப்பையை அவன் உதட்டுக்கு கிட்டக் கொண்டுபோகும்போது சட்டென்று ஒரு காலைத் தூக்கி மறுகால் மேல் போட்டாள். தொடைகளால் எதையோ இறுக்கி கவ்விப் பிடிப்பதுபோல அந்த அசைவு இருந்தது. அவன் தடுமாறி தேநீரை தரையில் கொட்டிவிட்டான். அடுத்த அரைமணி நேரமாக அவன் முழங்காலில் உட்கார்ந்து நிலத்தைத் துடைத்தான்.

அப்பா வீட்டில் இருக்கும்போது ஏன் இன்னும் அவர் வேலைக்குப் போகவில்லை என்று எரிச்சலாக வரும். அவர் வெளியே போனதும் திரும்பி வரமாட்டாரா என மனம் ஏங்கத்

தொடங்கும். ஒரு பதற்றம் தொற்றிவிடும். அன்று காலை ஒரு முட்டை பழுதாகி விட்டது. அப்பா ஆற்றமுடியாத துயரத்தில் ஆழ்ந்து விட்டார். 'அது வெறும் முட்டைதானே' என்றேன். 'வெறும் முட்டையா? ஒரு வெள்ளைக் கரு, ஒரு மஞ்சள் கரு.' கண்ணிலே நீர் கசிந்துவிடும் போல இருந்தது. முன்பெல்லாம் தொட்டதுக்கும் சுருக்கென்று சீறி விழுவார். இப்பொழுது எந்தச் சிறு சம்பவத்தையும் துக்கமாக மாற்றி விடுகிறார்.

மாலையில் வழக்கமாக களைத்து விழுந்து திரும்பும் அப்பா அன்று உற்சாகமாகக் காணப்பட்டார். பழைய கம்பனி அடையாள அட்டை அவர் கழுத்தில் தொங்கியது. அவர் மத்தியானம் குடித்த சூப் என்ன என்பதை அவருடைய தடித்த தோட்ட உடுப்பின் முன்பகுதியைப் பார்த்தால் தெரிந்துவிடும். 'ரிறில்லியம் பூவை இன்று பார்த்தேன்' என்றார். 'அது என்ன?' 'மூன்று இதழ்களுடன் வெள்ளை வெளேரென்று இருக்கும். அந்தப் பூவை பிடுங்கினால் தாவரம் இறந்துவிடும். சில நாடுகளில் அது சட்டவிரோதமான செயல். விதி விலக்கு பூ, ஆனால் மிக அழகானது' என்றார். திடீரென்று ஏதோ நினைத்து மௌனமாகி அவருடைய உற்சாகம் வடிந்துவிட்டது. என்னை நேரே பார்க்காமல் 'உனக்கு நான் நல்ல அப்பாவாக இருக்கிறேனா?' என்றார். 'இது என்ன சந்தேகம், அப்பா?' 'உன் தங்கைமார் எல்லாம் மணமுடித்துவிட்டார்கள். அந்தத் துயரம் உனக்கு ஒன்றுமே இல்லையா?' 'என்ன துக்கம் அப்பா? உலகம் விதிவிலக்குகளால் நிரப்பப்பட்டிருக்கிறது என்று நீங்கள்தானே சொன்னீர்கள். பூமிக்கு வெகு சமீபத்தில் இருக்கும் வெள்ளிக் கிரகம் மற்றக் கிரகங்கள்போல் அல்லாமல் எதிர்பக்கமாகத்தானே சுழல்கிறது.'

வருமான வரி விண்ணப்பம் தயாரிக்கும் மாதங்களில் நிறைய வாடிக்கையாளர்கள் என்னைத் தேடி வருவார்கள். அவர்கள் வேலையை உடனுக்குடன் செய்து கொடுப்பேன். பணமும் தரு வார்கள். புதிதாக ஒருத்தன் என்னைப் பார்க்க வந்தான். கீழ் உதடும் மேல் உதடும் ஒரே பருமன். அதுவும் ஒரு கவர்ச்சிதான். பத்துப்பேர் அறையில் கூடிவிட்டதுபோல ஆழமான குரல். அவனுடைய வருமானவரிக் கணக்கை செய்தேன். அடுத்த வருடங்களில் எப்படி வரியைக் குறைக்கலாம் என்ற நுட்பத்தையும் சொல்லித் தந்தேன். காசைத் தரும்போது மோகனமாகப் பார்த்தான். கனிவாகச் சிரித் தான். டெலிபோனில் அழைப்பதாகவும் சொன்னான். காத்தி ருந்தேன். அடுத்த வருட வருமானவரிக் கணக்கை முடிக்க அவன் வரவேயில்லை.

அன்று காசு எண்ணும் நாள். திடீரென்று என் இரண்டாவது தங்கை பமீலா என்னைப் பார்க்க வந்தாள். அவள் சும்மா வரமாட்டாள். போனதடவை நிதிமந்திரி விருந்துக்கு அழைத்ததைச்

சொல்வதற்காக வந்தாள். இவளுக்காகத்தான் அப்பா நிறையக் கடன்பட்டு படிக்கவைத்தார். இவள் படிக்கவே இல்லை. பையன் களோடு சுற்றித் திரிந்தாள். அப்பா காசு அனுப்பப் பிந்தினால் வீட்டுக்கு வந்து சத்தம் போட்டாள். அன்றைக்கு செங்கல் நிற கார் ஒன்றில் சத்தமே இல்லாமல் வந்து இறங்கினாள். வீட்டின் உள்ளே நுழையும்போதே ஏதோ கெட்ட வாடை வீசுவதுபோல மூக்கைச் சுருக்கினாள். அவள் 16 வருடம் வாழ்ந்த வீட்டைப் புதுசாகப் பார்ப்பதுபோல நூதனமாகப் பார்த்தாள். இரவு விருந்துக்கு புறப்பட்டதுபோல அடிக்கடி தோள்மூட்டு நழுவும் சாம்பல் நிற நீண்ட ஆடையை அணிந்திருந்தாள். அவள் கண்களின் நிறத்தை மிகைப்படுத்தும் வர்ணத்தில் உடைகளைத் தெரிவுசெய்வதில் தேர்ந்தவள். சிகை ஒப்பனை நிபுணருக்கு இரண்டு மணிநேரம் எடுத்திருக்கக்கூடிய தலை அலங்காரம். கால்களை கவ்விப் பிடிக்கும் குதிவைத்த சாம்பல் நிறக் காலணிகள். அவள் அமரவில்லை. சுழல் கதவுபோல உள்ளேயும் வராமல், வெளியேயும் போகாமல் அசைந்த வாறு நின்றாள். பின்னர் வந்ததுபோலவே சட்டென்று விடை பெற்றுப் போனாள்.

அவள் காரை நோக்கி போன பின்னர்தான் எனக்கு யோசனை வந்தது. எதற்காக வந்தாள்? கருணை பெருகி என்னையோ, அப்பாவையோ வந்து பார்ப்பவள் அல்ல. போகும்போது கார் பாதையில் நின்று செல்பேசியை இயக்கினாள். கார் தானாகவே பின்பக்கமாக நகர்ந்து அவள் பக்கத்தில் வந்து அசங்காமல் நின்றது. திரும்பிப் பாராமல் காரினுள் ஏறி அதை ஓட்டிக்கொண்டு புறப் பட்டாள். அவள் போன பின்னர்தான் தன்னுடைய புது ரெஸ்லா காரைக் காட்ட வந்திருக்கிறாள் என்று எனக்குப் பட்டது. அப்பா திரும்பியபோது, நான் பமீலா வந்ததைச் சொல்லவில்லை. என் வருமானக் காசை கொடுத்தேன். அமைதியாக அதை எண்ணி வங்கிக்குக் கட்டப் போனார்.

தோட்ட வேலை இல்லாத நாட்களில் அப்பா யார் யாரோ வுடைய பழைய திருமண அழைப்பிதழ்களை எல்லாம் எடுத்து ஆராய்வார். நூற்றுக்கு மேலே சேகரித்து வைத்திருக்கிறார். கடின மான தோட்ட வேலை செய்வதால் மணிக்கட்டுகள் எந்நேரமும் வீங்கியிருக்கும். இரண்டு கைகளிலும் ஐஸ் பைகளைக் கட்டிக் கொண்டு தனக்குத் தானே சதுரங்கம் விளையாடுவார். அன்று கறுப்பு ராஜாவை B6 கட்டத்துக்கு நகர்த்திவிட்டு எதிராளியைப் பார்ப்பதுபோல பார்த்தார். முன்தலை மயிர் பின்நோக்கி நகர்ந்து நெற்றி அகலமாக மினுங்கியது. இரக்கம் உண்டாக்கும் உருவம். இவரையும் நாலு பிள்ளைகளையும் விட்டுவிட்டு அம்மா எப்படி இன்னொருவருடன் ஓடிப்போனார். அந்தக் காதல் எத்தனை தீவிர மானதாக இருந்திருக்கும். ஒருநாள் அம்மாவின் பிடரியில் அப்பா

முத்தமிட்டதை நான் கண்டிருக்கிறேன். 'அம்மா உங்களைக் காதலிக்க வில்லையா அப்பா?' என்றேன். 'காதல் சோப்கட்டிபோல தேய்ந்து தேய்ந்து இறுதியில் ஒன்றுமே இல்லாமல் ஆகிவிடும்.' அப்பா பலகையைத் திருப்பி வெள்ளை ராஜாவுக்காக விளையாட ஆரம்பித்தார். விளையாட்டு முடிந்த பின்னர் இன்று யார் வென் றார்கள் என்று கேட்டேன். நான்தான் என்றார். யார் தோற்றது என்றேன். அதற்கும் பதில் நான்தான் என்று சொன்னார். கிட்டத் தட்ட அவர் வாழ்க்கையைப் போல.

அதுதான் அவர் கடைசியாக விளையாடிய சதுரங்க ஆட்டம் என நினைக்கிறேன். அவர் தன் உடம்புக்குள் மறைந்துகொண்டி ருந்தார். சில நாட்களில் வேலைக்குப் போக மறந்தார். ஏதாவது கேட்டால் பதில் சொல்லாமல் வெறித்தார். அவர் பார்வை என்னைத் தாண்டிப் போனது. ஒருநாள் 'அப்பா, உங்கள் பெயர் என்ன?' என்று கேட்டேன். அவர் திடுக்கிட்டு ஏழாம் வாய்ப் பாட்டைத் தலைகீழாகச் சொல்லச் சொன்னதுபோலப் பார்த்தார். பின்னர் கழுத்திலே தொங்கிய அடையாள அட்டையைத் தூக்கி நேராகப் பிடித்து பெயரைப் படித்து எனக்குச் சொன்னார். எனக்குத் திக்கென்றது.

இன்று என்னை வந்து சந்திப்பதாகச் சொன்ன முகநூல் நண்பன் படத்தில் அழகாகவே இருந்தான். அழகுக்கு நான் எப்பவும் முதல் இடம் தந்தது கிடையாது. என்னை வசீகரிக்கக்கூடிய விதமாக தொலைபேசியில் பேசினான். படத்தில் எத்தனையாவதாக நான் நிற்கிறேன் என்று என்னை பலதடவை கெஞ்சிக் கேட்டான். நான் சொல்லவில்லை, ஆனால் ஊகித்துவிட்டதாகச் சொன்னான். எப்படி என்று கேட்டேன். என் குரலுக்கும் உருவத்துக்கும் உள்ள ஒற்றுமை என்றான். இது பத்து வருடத்துக்கு முன்பு எடுத்த படம். என் முகம் இப்பொழுது எப்படி இருக்கும் என்று ஊகிக்க முடியுமா என்று கேட்டேன். முடியும் என்றான்.

பலமுறை என்னைச் சந்திக்க வரப்போவதாகப் பயமுறுத் தினான். நான் நாட்களைக் கடத்தினேன். ஆனால் தொடர்ந்து தொந்தரவு செய்வதை அவன் நிறுத்தவில்லை. ஒரு வாரம் முன்பு தொலைபேசியில் ஒரு தகவல் விட்டிருந்தான். தொலைபேசி, 11ஐ அழுத்தவும் என்றது. அழுத்தினேன். என்னை வந்து பார்க்க வேண்டுமாம். தேதி கேட்டிருந்தான். தன்னை ஒரு வருமானவரி வாடிக்கையாளர் போல பாவனை செய்யச் சொன்னான். தொலை பேசி, பதில் சொல்வதென்றால் 8ஐ அழுத்தச் சொன்னது. சேமிப்ப தற்கு 9ஐ அழுத்தச் சொன்னது. அழிப்பதற்கு 7ஐ அழுத்தச் சொன் னது. நான் 7ஐ அழுத்தினேன்.

இரண்டு நாள் கழித்து அவனிடமிருந்து குறுஞ்செய்தி வந்தது. 'உன் வீட்டுச் செர்ரி மரம் அழகாகப் பூத்திருக்கிறது.' எனக்குத்

திகைப்பாக இருந்தது. 'எப்படித் தெரியும்?' 'கூகிளில் பார்த்தேன்.' இயற்கை விரும்பியா இவன்? நல்லவனாகத்தான் இருப்பான். என் முகத்தைப் பார்த்தது கிடையாது. வருமானவரிக் கணக்குகள் செய்பவள் என்று மட்டுமே அறிவான். இவனை நம்பலாமா? மார்ச் 27ஆம் தேதி சந்திக்கச் சம்மதம் என்று சொன்னேன். தேதியின் முக்கியத்துவம் பற்றி அவனுக்குப் புரிந்திருக்குமோ தெரியாது.

இன்றுதான் அவன் வரும் நாள்.

காலை 10.30க்கு வருவதாகச் சொல்லியிருந்தான். அன்று முழுநாளும் வேறு வருமானவரி வாடிக்கையாளர்கள் வரமாட்டார்கள். அப்படி ஏற்பாடு செய்திருந்தேன். மேசையிலே வருமான வரிக் கணக்குக் கோப்புகள் அடுக்கியிருந்தன. அவற்றை நேராக்கினேன். கதிரையில் காயப்போட்ட நீண்ட காலுறைகளை மறைத்தேன். என்னைப்பற்றிய எல்லா தகவல்களையும், ஏறக்குறைய அவனுக்குச் சொல்லியிருந்தேன். ஒன்றிரண்டு தவறியிருக்கலாம். அதுதானே சுவாரஸ்யம். நான் தயாராக இருந்தேன். அலுவலக ஆடைதான். ஒருவித அலங்காரமும் கிடையாது. கண்மை பூசி கொஞ்சம் அழுத்தமாக உதட்டுச் சாயம். அவனுக்காக நான் அலங் கரித்தேன் என்று அவன் உணரவே கூடாது.

சரியாக மணி 10.28. கார் ஒன்று வந்து நிற்கும் ஓசை கேட்டது. நான் யன்னல் திரையை மெல்ல நீக்கிப் பார்த்தேன். கார் கதவைச் சாத்தினான். காரின் உள் விளக்கு எரிந்தது. அது அணையும் வரைக்கும் நின்றான். மேலே பார்த்தான். என் மனம் திக் என்று அடிக்கத் தொடங்கியது. பனிக்காலம் முடிந்து, சுற்றியுள்ள மரங் களில் முதல் இலைகள் துளிர்த்திருந்தன. செர்ரி மரம் மட்டும் வெளிர் ஊதா பூக்களால் நிறைந்திருந்தது. ஓர் இலைகூட இல்லை. மார்ச் 27 செர்ரி மரங்களுக்கு உச்சமான தேதி. மரத்தை மறைத்து பூக்கள். இனிமேல்தான் இலைகள் துளிர்க்க ஆரம்பிக்கும். விதி விலக்கு மரம். அவன் மேலே அண்ணாந்து ஒரு முழு நிமிட நேரம் பூக்களை அனுபவித்தவாறே நின்றான்.

டக்டக் என்று படி ஏறும் சத்தம். சில விநாடிகள் கழித்து அழைப்பு மணி ஒலித்தது. நான் அவசரமாக மறுபடியும் என் ஆடையைச் சரி செய்தேன். கால் இடறாமல் இருக்க சுவாசக் குழாயை நேராக்கினேன். கதவை நோக்கி நகர்ந்தேன். சில்லு வைத்த பிராணவாயு சிலிண்டரும் விசுவாசமான நாய்க்குட்டி போல என் பின்னால் வந்தது. ஒருமுறை ஆசுவாசப்படுத்தி, நின்று நிதானித்து அடுத்த ஒரு நிமிடத்தில் நடக்கப்போவதை நினைத்துப் பார்த்தேன். இடது கையை கதவுக் கைப்பிடியில் வைத்துத் திறந்தேன்.

❏

வந்துவிடு, டுப்புடு

கலியோப் தேன்சிட்டு இருக்கிறது. திடீரென்று அதை என் வீட்டுத் தோட்டத்தில் காணலாம். எப்பொழுதும் இதன் வருகையை நான் ஆவலுடன் எதிர்பார்த்திருப்பேன். ஒரு நாள் வரும். அடுத்த நாளும் வரும். பின்பு பல நாட்களுக்கு காணாமல் போய்விடும். மறுபடியும் ஒருநாள் எதிர்பார்க்காத சமயம் வரும். முன்னுக்கும் பின்னுக்கும் பறந்தபடியேநீண்ட அலகுகளால் தேன் குடிக்கும். சிலநேரம் அப்படியே ஒரே இடத்தில் அந்தரத்தில் நிற்கும். அதன் இறக்கைகள் செக்கண்டுக்கு 80 வேகத்தில் அடிக்கும். ஒரு நாளுக்கு அது தன் உடல் பாரத்திலும் பார்க்க 4 மடங்கு உணவு உண்ண வேண்டும். அல்லாவிடில் இறந்துவிடும். வந்த காரியம் முடிந்ததும் பறந்து போகும். மறுபடியும் அது எப்பொழுது வரும் என்பதைச் சொல்லவே முடியாது.

மின்னஞ்சல் வந்தது. முன்பின் அறியாத ஒரு வாசகர். என்னுடைய சிறுகதைகள், கட்டுரைகள் நேர்காணல்கள் அனைத்தையும் தான் படித்திருப்பதாக எழுதியிருந்தார். பின்னர் பல நாட்களுக்கு ஒன்றுமே இல்லை. திடீரென்று மறுபடியும் ஒரு கடிதம். பின்னர் நீண்ட மௌனம். எப்பொழுது எழுதுவார், எப்பொழுது நிறுத்து வார் என்பதை ஊகிக்கவே முடியாது. கடிதத்தில் உள்ள பெயரைப் படித்தேன். 'டுப்புடு' என்று எழுதியிருந்தது. ஒரு தமிழ் வாசகருக்கு இப்படி ஒரு பெயரா? அந்த மர்ம முடிச்சு அவர் டெலிபோனில் அழைத்தபோது அவிழ்ந்தது. அவர் தமிழ்நாட்டிலிருந்து கனடாவுக்கு படிக்க வந்த ஒரு மாணவர். அவருக்கு நல்ல தமிழ் பெயர் இருந்தது. அவருடைய தாயார் அவர் குழந்தையாக இருந்தபோது செல்லமாக 'டுப்புடு, டுப்புடு' என்றே அழைப்பாரம். இவருக்கும் அது பிடித்தது. ஆகவே அந்தப் பெயரில் அவருடைய நண்பர்கள் அவரை அழைக்கத் தொடங்கினார்கள்.

அவர் என்னை நிறைய வாசித்திருந்தார். பல வருடங்களுக்கு முன்னர் நான் எழுதிய ஒரு சிறுகதையையோ கட்டுரையையோ அவரால் நினைவுகூரமுடிந்தது. சில வசனங்களை அப்படியே

ஒப்பிக்கும் ஆற்றல்கூட அவருக்கு இருந்தது. நானே அவற்றை மறந்து விட்டேன். என்னைச் சந்திக்கவேண்டும் என்று சொன்னார். பின்னர் அவர் பலமாதங்களாக என்னைத் தொடர்புகொள்ளவில்லை. நான் நினைத்தேன் அவர் படிப்பை முடித்துவிட்டு இந்தியா போய் விட்டார் என. உண்மையில் ஒரு வாசகர் எழுத்தாளரைச் சந்திப்பது நல்லது அல்ல. எழுத்தாளர் வாசகரை எப்படியோ கற்பனையில் வளர்த்து சித்திரமாக வைத்திருப்பார். அது சந்திக்கும்போது உடைந்து போகும். எழுத்தாளரைப் பற்றிய வாசகரின் கற்பனையும் அவர் எதிர்பார்த்தது போல இருக்காது. இருவருக்கும் அநேகமாக ஏமாற்றம்தான்.

இரண்டு வாரத்துக்கு முன்னர் அவர் திடீரென அழைத்து தான் ‘தரமணி’ திரைப்படத்தைப் பார்த்துவிட்டதாகச் சொன்னார். எனக்கு அப்படி ஒரு திரைப்படம் வந்ததே தெரியாது. அந்தத் திரைப் படத்தின் ஆரம்பத்தில் எனக்கு நன்றி கூறப்பட்டதாகச் சொன்னார். எதற்காக என்று கேட்டேன். உங்கள் ‘தொடக்கம்’ சிறுகதை கொடுத்த உந்துதலில் இந்தத் திரைப்படம் உருவாகியிருக்கிறது என்று சொல்லி விட்டு 20 வருடத்துக்கு முன்னர் நான் எழுதிய அந்தச் சிறுகதையின் சுருக்கத்தை எனக்குச் சொன்னார். ஆச்சரியப்பட்டுப் போனேன். அப்பொழுது இவர் என்னைச் சந்திக்கவேண்டும் என்று கேட்டதும் சம்மதம் தெரிவித்தேன்.

சந்திப்பதற்கு ஒரு நாளும் நேரமும் கொடுத்து அவரை அழைத்தேன். ஒரு மணி நேரம் தாமதமாக வந்தார். கதவைத் திறந்து அவரைப் பார்த்ததும் தடுமாறிவிட்டேன். 23, 24 வயது இருக்கும். சராசரி உயரம். தீர்க்கமான கண்கள். அரைத்தாடி. அவர் அணிந் திருந்தது சேர்ட்டுமல்ல; டீசேர்ட்டும் அல்ல. சிலப்பதிகாரத்தில் ’மெய்ப்பை’ என்று ஒரு வார்த்தை வரும். அப்படி உடம்பை மறைக்கும் ஒரு சட்டை. கால்சட்டை கரை தேய்ந்து நூல் நூலாகத் தொங்கியது. கனடாக் குளிருக்கு ஒன்றுமே செய்யமுடியாத சப்பாத்தின் ஒருபக்க நாடா கட்டாமல் தரையில் அலைந்தது. என்னைத் திடுக்கிட வைத்தது அவருடைய சடாமுடி. ஊரிலே வீதிவீதியாகத் திரியும் சாமியார்கள்போல சடை வளர்த்துச் சுருட்டிச் சுருட்டி இரண்டு பக்கமும் புளியங்காய்கள் போலத் தொங்கவிட்டிருந்தார். என் அதிர்ச்சியைக் காட்டாமல் அவரை உள்ளே அழைத்தேன். காலை யிலிருந்து அவருக்கு உணவு தயாரிப்பதில் மும்முரமாக இருந்த மனைவி அவரைக் கண்டதும் ஓர் அடி பின்னுக்கு நகர்ந்தார். பிறகு சமாளித்து ‘வாருங்கள்’ என்றார்.

ஒரு வீட்டின் நடுக்கூடத்தில் ஒரு கிடங்கு இருந்தால் அந்த வீட்டில் உள்ளவர்கள் எல்லோரும் அந்தக் கிடங்கை தவிர்க்கப் பழகிவிடுவார்கள். நடுச்சாமத்தில் ஒருவரை எழுப்பிவிட்டால்கூட

அந்தக் கிடங்கை தவிர்த்து அவரால் நடமாட முடியும். அப்படித் தான் இருந்தது. என் மனைவி மணிக்கு 2000 வார்த்தைகள் உண்டாக்குபவர். குழம்பு கொதிப்பதுபோல வார்த்தைகள் அவர் நெஞ்சுக்குள் துள்ளிக்கொண்டிருந்தன. அவற்றைப் பூட்டி வைப்பதில் பெரும் சக்தியைச் செலவழித்தார். என் மனைவியும் சரி, நானும் சரி அந்த இளைஞனுடன் எல்லா விசயமும் பேசினோம். ஆனால் சடாமுடியைப் பற்றி பேசுவதைத் தவிர்த்தோம். அதைப்பற்றிய கற்பனைதான் என் மண்டை முழுக்க நிறைந்திருந்தது. இந்த இளைஞர் சாமியாராகப் போகிறாரா? அல்லது சாமியார் வகை யறாவில் இருந்து மாணவனாக மாற முயற்சிக்கிறாரா? எல்லாமே புதிராகத்தான் இருந்தது. நாங்கள் என்ன பேச விரும்பினோம் என்பதை அந்த இளைஞர் எப்படியோ ஊகித்துவிட்டார்.

அசௌகரியமான ஒரு தருணத்தில், பேச்சு சற்று ஓய்ந்தபோது தானாகவே சொன்னார். 'இந்த முடியை நான் 14 வயதில் இருந்தே வளர்க்கிறேன்.' முடி என்று வர்ணித்தது ஆச்சரியமாக இருந்தது. சின்னச்சின்ன பாம்புக்குட்டிகள் தொங்குவதுபோல முடி. கிரேக்க புராணத்தில் கடல் கடவுள் பொசைடொன் மெடூசாவை கற்பழித்து விடுவார். (சரி, சரி, வன்புணர்வு) அதீனா தேவதை மெடூசாவின் குற்றத்துக்கு தண்டனையாக (கவனிக்கவும் அவள்தான் குற்றம் செய்தவள், பொசைடொன் அல்ல) அவள் முடியை குட்டிப் பாம்புகளாக மாற்றி விடுவாள். அந்தக் கதைதான் ஞாபகம் வந்தது. இவர் என்ன குற்றம் இழைத்தார்? என்றாலும் கேள்வி கேட்டேன்.

'எப்படி இந்த சடாமுடி ஆசை வந்தது?'

'சிறுவயதில் இருந்தே சாமியார்களைப் பார்த்திருக்கிறேன். படங்களிலும் சினிமாவிலும் சடாமுடியைப் பார்க்கும்போது அதனால் ஈர்க்கப்பட்டிருக்கிறேன். காரணம் தெரியவில்லை. 14 வயது தொடங்கியபோது நான் முடி வளர்த்தால் என்ன என்று தோன்றியது. வளர்க்க ஆரம்பித்தேன். தலை முடிதான் ஆரம்பித்தது. தாடி வளர இன்னும் நாள் இருந்தது.' என் மனைவி கேட்டார். 'உங்கள் அம்மா ஒன்றுமே சொல்லவில்லையா?' 'அங்கேதான் பிரச்சினை ஆரம்பித்தது. அம்மாவுக்கு பிடிக்கவே இல்லை. எத்தனையோ முறை சொல்லிப் பார்த்தார். நான் மனதிலே நிச்சயித்துவிட்டேன். இந்த முடியை நான் தொடப்போவதில்லை. இது என்னுடைய முடி. இதை என் விருப்பத்துக்கு பராமரிக்க எனக்கு முழு உரிமை உண்டு. நான் இருக்கும்வரை இது தன் பாட்டுக்கு வளர்ந்துகொண்டே இருக்கும்.'

'ஆனால் எப்படிச் சடையாக உருவாக்கினீர்கள். சும்மா முடியை வளரவிட்டால் அது சடையாகிவிடுமா?' 'நாட்டிலே நீங்கள் காணும் சாமியார்கள் அப்படித்தான் சடை வளர்க்கிறார்கள். முடி

அதுவாகவே பின்னிச் சடையாகிவிடும். ஆனால் நான் செயற்கை யாகத்தான் முயற்சி பண்ணி சடையை உண்டாக்கினேன்.'

'எப்படி?'

'முடியை நீளமாக வாரக்கூடாது. சிக்கெடுக்கக்கூடாது. அவை தானாகவே திரளத்தொடங்கும். அப்பொழுது நீங்கள் சடையை தனித்தனியாகப் பிரித்து உருட்டி உருட்டிப் பராமரிக்க வேண்டும். சிலர் சடையை ஸ்திரமாக்க மெழுகை உபயோகிப்பார்கள். ஒருமுறை சடை தனியாகப் பிரிந்து வளர ஆரம்பித்தால் அது அப்படியே தொடரும். வேறு ஒன்றும் செய்யத் தேவை இல்லை.

'நீங்கள் சடை வளர்ப்பது உங்கள் அம்மாவுக்குப் பிடிக்கவில்லை என்று சொன்னீர்கள். மற்றவர்களுக்குப் பிடித்ததா?' 'வீட்டில் மட்டுமல்ல, அந்தக் கிராமத்திலேயே ஒருவருக்கும் பிடிக்கவில்லை. வீட்டுக்கு தூது வந்து சொன்னவர்களும் உண்டு. என்னுடைய தங்கச்சி மட்டும் ஓர் எதிர்ப்பும் காட்டவில்லை. என்னில் அவள் வைத்திருந்த அன்பினால் இருக்கக்கூடும். என் சுதந்திரத்தில் குறுக்கிட அவள் விரும்பவில்லை என்று நினைக்கிறேன்.

'உங்கள் கிராமத்தில்தானே படித்தீர்கள். உங்கள் கிராமம் எப்படி?'

'என்னுடைய கிராமத்தைப் பற்றி சொன்னால் நீங்கள் நம்ப மாட்டீர்கள். என்னுடைய 12 வயதுமட்டும் அங்கேதான் படித்தேன். அந்த வயதுக்கிடையில் நான் கிராமத்தில் ஐந்து கொலைகளைப் பார்த்திருக்கிறேன். எல்லாமே சாதிக்கொலைகள். மேல்சாதிப் பெண்ணை வேறு சாதிக்காரன் ஒருவன் காதலித்திருப்பான். சிறிது நாள் கழித்து அந்தப் பெண் இறந்துவிடுவாள். குடும்ப கௌரவத்தைக் காப்பதற்காக அந்தப் பெண்ணின் பெற்றோரே அவளைக் கொலை செய்து புதைத்துவிடுவது நடந்திருக்கிறது.'

'போலீஸ்?'

அவர்களும் உடந்தைதான். இப்படியான கொலைகள் வெளியே தெரியவருவதே கிடையாது. என் வீட்டுச் சம்பவத்தை உதாரணம் சொல்லலாம். ஒருநாள் அதிகாலை நாங்கள் திடீரென்று வாடகைக் காரில் புறப்பட்டோம். எனக்கு அப்பொழுது 10 வயது இருக்கும். தங்கைக்கு 6 வயது. பள்ளிக்கூடத்தில் எனக்கு அன்று பரீட்சை இருந்தது. ஒருவருமே அதைப் பொருட்படுத்தவில்லை. எங்கோ தூரத்து கிராமத்துக்கு கார் போய்க்கொண்டிருந்தது. பாதி வழியில் நான் 'எங்கே போகிறோம்?' எனக் கேட்டேன். அம்மா சொன்னார் 'உன் மாமா முறையான ஒருவர் சாவதற்கு தொடங்கிவிட்டார். அவர் இறப்பதற்கு முன்னர் அவரைப் பார்க்கவேண்டும்.'

சாரதி அப்பாவிடம் விலாசத்தைக் கேட்டான். அவரிடம் பாதி விலாசம்தான் இருந்தது. அவர்கள் வேறு வீடு மாறிவிட்டதால் வீதி பெயர்தான் அப்பாவுக்குத் தெரியும், வீட்டுக்கு நம்பர் கிடையாது. ஒவ்வொரு வீடாக விசாரித்து விசாரித்து கடைசியில் வீட்டைக் கண்டுபிடித்தோம். அது வீடு அல்ல பாழடைந்துபோன ஒரு குடிசை. இயற்கை வீட்டுக்கு வெளியே நின்றால் நல்லாயிருக்கும். இங்கே இயற்கை வீட்டுக்குள்ளே புகுந்துவிட்டது. வீட்டு நடுவிலே ஒரு செடிகூட முளைத்து தன் பாட்டுக்கு நின்றது. நாங்கள் போய்ச் சேர்ந்தபோது நிறையக் கூட்டம் சேர்ந்துவிட்டது. மாமா இறந்து விட்டதாகச் சொன்னார்கள். நான் எட்டிப் பார்த்தபோது மாலை யோடு, தலைமாட்டில் குத்துவிளக்கு எரிய மாமா கம்பீரமாகக் கிடந்தார். நோய்வாய்ப்பட்டு மெலிந்து உடல் வாடியதாக ஒன்றும் தெரியவில்லை.

மாமாவின் மகளை வேறு சாதிக்காரன் காதலித்தான். அவனைக் கொன்றுவிட்டார்கள். பழிவாங்குவதற்காக மாமாவை அவர்கள் கொலை செய்தார்களாம். ஒருத்தரும் வருந்தியதாகத் தெரியவில்லை. போரில் நெஞ்சில் ஈட்டி பாய்ந்து இறந்துபோன ஒருவரை மெச்சுவதுபோல அவரைப் புகழ்ந்தார்கள். அன்று இரவு முழுக்க எப்படிப் பழிவாங்கலாம் என்று திட்டம் தீட்டுவதிலேயே கழிந்தது. அப்பொழுதுதான் முதல் முறையாக சாதி வெறி அந்தக் கிராமத்தை எவ்வளவு ஆட்டியது என்பது எனக்கு ஒருவாறு தெளி வாகியது.

ஒரு நாவல் வாசித்ததுபோல கதை இருக்கிறது. ஏதாவது புத்தகம் சமீபத்தில் படித்தீர்களா?

ஒரு செருப்பு வாங்குவதற்கு நாலு செருப்பு போட்டுச் சரி பார்ப்பது போல ஐந்து புத்தகத்தைத் தேர்வுசெய்தால் ஒன்றுதான் சரியாக அமைகிறது. நிறைய நேரம் நல்ல புத்தகத்தைத் தேடுவதில் போய்விடுகிறது.

அப்படி இல்லை. மோசமான புத்தகம் என்று ஒன்றுமே கிடையாது. ஏதாவது ஒரு நல்ல விசயம் இருக்கும். தேடித்தான் பார்க்கவேண்டும். சதாம் உசைன் தூக்குக்காக காத்திருந்தபோது படித்த கடைசி புத்தகம் ஹெமிங்வே எழுதிய 'கிழவனும் கடலும்' நாவல். கதை ஒன்றும் பெரியதில்லை. கிழவன் இரண்டு மாதங்களாக கடலுக்கு மீன் பிடிக்கப் போயும் ஒன்றுமே கிடைக்கவில்லை. மற்ற மீனவர் கேலி பேசிக் கிழவனை ஏளனம் செய்கிறார்கள். இறுதியில் அவன் மூன்று நாட்கள் போராடி மிகப்பெரிய மீனைப் பிடித்து வருகிறான். கரை சேர்ந்தபோது சுறாக்கள் கடித்து மீனின் எலும்புக் கூடுதான் மிஞ்சுகிறது. கிழவனுக்கு வெற்றியா, தோல்வியா?

வாழ்க்கையில் வெற்றியும் தோல்வியும் கலந்து கிடக்கிறது. அதுதான் அதற்கு நோபல் பரிசு கிடைத்தது.

ஆனால் ஹெமிங்வே தற்கொலை செய்துகொண்டாரே.

'என்னுடைய அம்மாவின் மரணச்சடங்குக்கு போவதை ஒரு நல்ல உவமையைத் தேடுவதற்காக நான் தள்ளிப்போடுவேன்' என்று ஓர் எழுத்தாளர் சொன்னார். ஹெமிங்வே நல்ல எழுத்தைத் தேடிப் போனவர். அது கிடைக்காததால் தற்கொலை செய்தார். பல எழுத் தாளர்கள் தற்கொலை செய்திருக்கிறார்கள். அது கிடக்கட்டும். இப்பொழுது படிப்பு முடிந்துவிட்டதுதானே. திரும்பவும் உங்கள் கிராமத்துக்குப் போக மாட்டீர்களா?

இப்பொழுது போவதாக இல்லை. என் பெற்றோர் என்னை கனடாவில் படிக்க அனுப்பியது காரணமாகத்தான். அவர்களுக்கு நான் வெளிநாட்டில் தங்கியிருப்பது வசதியாக இருக்கிறது. என்னுடைய தங்கச்சியை என்னுடைய கோணலான சிந்தனைகளால் நான் கெடுத்துவிடுவேன் என அஞ்சுகிறார்கள். அவளுக்குப் பல சாதகங்களை ஆராய்ந்து மாப்பிள்ளை தேடுவது நடக்கிறது. எல்லோருக்கும் நான் சாதிக்கு எதிரானவன் என்று தெரியும். அத்துடன் சாத்திரம் பார்த்து பெற்றோர் கல்யாணம் செய்து வைப்பதையும் நான் எதிர்ப்பவன். ஆணும் பெண்ணும் சந்தித்து காதலித்து திருமணம் நடக்கவேண்டும் என்பது என் விருப்பம். நான் தங்கையின் மனதைக் கெடுத்துவிடுவேன் என்று அவர்கள் அச்சப் படுகிறார்கள். தங்கச்சிக்கு கல்யாணம் நிச்சயமான பிறகுதான் நான் அங்கே போகமுடியும்.

உங்களை ஒரு Rastafariyan என்று சொல்லலாமா?

அப்படியும் சொல்லலாம். ஏனெனில் மார்க்கஸ் கார்வே சொன் னதை நான் நம்புகிறேன். உங்களுக்குத் தெரியும் எத்தியோப்பியா தான் மனித இனத்தின் தொட்டில் என்று. மனிதன் எத்தியோப்பி யாவிலிருந்து வெளியேறி உலகம் முழுவதும் பரவினான். கார்வே சொன்னார் ஒரு கறுப்பு அரசன் மக்களின் விடுதலைக்காக முடிசூடுவான் என்றார். அப்படியே நடந்தது. ஹைலி செலாசி அரசபீடத்தில் அமர்ந்தார். பைபிளில் சொல்லியிருக்கும் அரசன் சொலமனுக்கும், ஷீபா ராணிக்கும் பிறந்த குழந்தை மனெலிக்கின் வழித்தோன்றல் செலாசி. 2000 வருடங்களாக இந்த அரச சங்கிலி அறாமல் தொடர்ந்தது. ஹைலி செலாசி 225வது தலைமுறை அரசர்.

ஆனால் அவர் சிறையில் இறந்துவிட்டார் என்று படித்திருக் கிறேனே.

இல்லை இல்லை. அவர் இறக்கவில்லை. செய்திகள் அப்படித் தான் சொல்லும். அவற்றை நம்பக்கூடாது. உண்மையில் அவர் உயிருடன் இருந்து மக்களை வழிநடத்துகிறார்.

பழமையில் எப்படி ஊறமுடியும்? நாகரிகம் என்றால் சம்ப வங்கள் முன்னோக்கி அல்லவா நகரவேண்டும்?

முன்னோக்கி என்பது உண்மைதான், ஆனால் அந்த சம்பவம் நடக்கும்போது அது தெரியாது. ராகுல சாங்கிருத்தியாயன் எழுதிய 'வால்காவிலிருந்து கங்கைவரை' நூலைப் படித்திருப்பீர்கள். அதிலே நாலாயிரம் வருடங்களுக்கு முன்னர் நடந்திருக்கக் கூடிய ஒரு கற்பனை சம்பவம் வரும். ஒருத்தன் தன் குதிரையை கொடுத்து தாமிரக் கோடாலி ஒன்றை வாங்கிவருவான். அவனுடைய பாட்டன் புலம்புவான்; அவனைத் திட்டித்தீர்ப்பான். ஒரு குதிரை இருந்தால் அது பொதி சுமக்கும். அதன் மேல் வருடக் கணக்காக பயணம் செய்யலாம். போருக்குப் பயன்படுத்தலாம். அது இறந்தால் ஒரு மாதத்துக்கு உணவாகும். உன் மூளை கெட்டுப்போச்சுது. இளைஞன் ஒன்றுமே பேசமாட்டான். அவனுக்குத் தெரியும் ஒரு கோடாலி இருந்தால் நூறு குதிரைகள் சம்பாதிக்கலாம் என்று. நாகரிகத்தின் வரலாறு அதுதானே.

ஆமாம், ஞாபகமிருக்கிறது. உங்கள் திருமணம் பற்றி ஏதாவது திட்டம் உள்ளதா?

அப்படி ஒன்றுமில்லை, ஆனால் சாதகப் பொருத்தம் பார்த்து நிச்சயமாக நடக்காது.

அம்மாவைப் பார்க்க நினைப்பதில்லையா? படிப்பு முடிந்து விட்டதுதானே.

அது எப்படி? நான் முடி வெட்டவேண்டுமே?

முடி எங்கே போகப்போகிறது. வெட்டினால் மறுபடியும் வளரும்தானே.

வலசை போகும் பறவை எங்கேயாவது பாதியில் மனதை மாற்றித் திரும்பியிருக்கிறதா? 14 வயதில் நான் எடுத்த முடிவு இது. வாழ்நாள் முழுக்க என் முடியை வளர்க்கத் தீர்மானித்திருக்கிறேன்.

அம்மா உங்களுடன் பேசுகிறாரா? எழுதுவது இல்லையா?

ஒவ்வொரு நாளும் அவரிடமிருந்து குறுஞ்செய்தி வரும். இதோ என்று செல்பேசியை திறந்து காட்டினார். ற, ர பிழையுடன் அன்று வந்த நாலு வரி செய்தி இப்படி முடிந்தது. 'வந்துவிடு, டுப்புடு.'

இரண்டே இரண்டு வார்த்தைகள்தான். ஆனால் ஒரு தாயின் ஆழமான பிரிவுத் துயரை உணர்த்தப் போதுமாய் இருந்தன.

பேசிக்கொண்டே இருந்தபோது நேரம் கடந்துவிட்டது. காலை யிலிருந்து மனைவி சமைத்த உணவை அவர் பரிமாற 'டுப்புடு' நிமிடத்தில் சகலத்தையும் பிசைந்து உருமாற்றிச் சாப்பிட்டார். மனைவி கூட்டு எப்படியிருந்தது என்றார். அவர் திடுக்கிட்டு

விட்டார். கூட்டு எங்கேயோ புதைந்துபோய் கிடந்தது. 'நாங்கள் இலக்கியம் பற்றி உரையாடவில்லை. உங்களிடம் முக்கியமான இலக்கிய விசயம் ஒன்று பேசவேண்டும், மாலை நிச்சயம் அழைக்கிறேன்' என்றுவிட்டு புறப்பட்டார். அவருடைய தலையில் இரண்டுபக்கமும் சடைமுடி குட்டிகுட்டி பாம்புகள்போலத் தொங்கின. அவர் தலையை ஆட்டும் போது சூரிய ஒளியில் அவை மின்னின. ஒரு குருவி பறந்த பின்னர் மரக்கிளை சிறிது ஆடுமே அப்படி என் மனசு அசைந்தது. மாலை வந்தது. டுப்புடுவிடம் இருந்து அழைப்பு வரவில்லை. அடுத்த நாள் விடிந்தது. அழைப்பு இல்லை. பல நாட்கள் கழிந்துவிட்டன. சிலவேளை இன்று மாலை அழைப்பார். அல்லது ஒருமாதம் கழித்து அழைப்பார். கலியோப் குருவிபோல, டுப்புடு என்று பெயர் சூட்டப்பட்ட இந்த இளைஞர், இந்த வருடம் முடிவதற்கிடையில் என்னை அழைக்கலாம்; அழைக்காமலும் விடலாம்.

❑

எகேலுவின் கதை

ஜேர்மன்காரர் இரண்டு மாதம் சிறையிலிருந்து வெளியே வந்த பின்னர்தான் சம்பவம் நடந்தது. சிறையில் வளர்ந்த தாடியை மழிக்கக்கூடாது என்பது அதிகாரிகளின் கூடுதல் தண்டனை. ஆகவே அவர் தாடியுடன் காணப்பட்டார். பெயர் பிரெடரிக். ஏழை மக்களுக்கு மலிவு வீடுகள் கட்டித்தரும் தொண்டு நிறுவனம் ஒன்றில் வேலை பார்த்தார். ஜேர்மன்காரர்களுக்கு வாழ்க்கையில் இரண்டு குறிக்கோள்கள். ஒன்று, அன்றாடம் செலவுக் கணக்கு எழுதி வைப்பது. இரண்டு, பீர் குடிப்பது. இரண்டாவது குறிக்கோள்தான் அவருடைய சிறைவாசத்துக்குக் காரணம்.

பிரெடரிக் வேலை செய்தது சோமாலிலாண்ட் எனும் நாட்டில். இது சோமாலியாவில் இருந்து தனியாகப் பிரிந்து, உலகத்தில் வேறு எந்த நாட்டாலும் அங்கீகரிக்கப்படாமல், சோமாலியாவுக்கும், எத்தியோப்பியாவுக்கும், இந்து சமுத்திரத்துக்கும் இடையே சிக்கிக்கொண்ட குட்டி நாடு. பிரெடரிக்கின் மனைவி அமெரிக்கக்காரி, பெயர் மார்த்தா. சோமாலிலாண்டில் குடிவகை தடுக்கப் பட்டிருந்தது. ஆகவே பிரெடரிக் ரகஸ்யமாக வீட்டிலே சோளத்தி லிருந்து பீர் தயாரித்து இரவு நேரங்களில் அருந்துவார். ஒருவருடமாக வாழ்க்கை நிம்மதியாகப் போனது. ஒருநாள் போலீஸ் எப்படியோ இதைக் கண்டுபிடித்து அவரைக் கைது செய்து சிறையில் அடைத்தது. இரண்டு மாதம் சிறையில் இருந்துவிட்டு நீண்ட தாடியுடன் அவர் வீடு திரும்பினார்.

பிரெடரிக் தம்பதிகளின் வேலைக்காரி அதிகாலை சந்தைக்குப் போனவள் அலறிக்கொண்டு திரும்பி வந்தாள். அழுதபடியே மார்த்தாவிடம் ஏதோ சொன்னாள். மார்த்தாவும் அவளுடன் சந்தைக்கு ஓடினார். அங்கே வழக்கத்திலும் பார்க்க சனக்கூட்டம் சேர்ந்துவிட்டது. 100, 200 பேர் சுற்றிவர நின்றார்கள். மார்த்தா இடித்து முன்னேறி எட்டிப் பார்த்தார். அவர் இருதயத்தை யாரோ பிய்த்துப் போட்டது போல இருந்தது. சாக்குத்துணியில் சுற்றி அப்பொழுதுதான் பிறந்த சிசு ஒன்று வீதியிலே வீசப்பட்டிருந்தது.

எறும்புகளும், ஈக்களும் மொய்த்தன. கண்கள் மூடியிருந்தாலும் குழந்தை முனகும் சத்தம் கேட்டது. மூன்று குட்டி விரல்கள் வெளியே நீட்டின. பார்ப்பவர்கள் மனதை உருக்கும் காட்சி அது. ஊர்த்தலைவர் கட்டளையிட்டிருந்தபடியால் ஒருவராலும் சிசுவை அணுக முடியவில்லை.

மார்த்தாவிடம் டெலிபோன் வசதி கிடையாது. ரேடியோவில் கணவரைத் தொடர்பு கொண்டார். நீண்ட தாடி இருந்ததால் ஊர் தலைவருக்கு அவரிடம் மரியாதை இருந்தது. ஆனால் சிசுவை ஒருவரும் தொடக்கூடாது என்பதில் அவர் உறுதியாக இருந்தார். பிரெடரிக்கின் மேலதிகாரிகள் ஜெனீவாவைத் தொடர்புகொண்டு அவர்கள் மூலம் அரசாட்சியில் இருந்தவர்களுக்கு அழுத்தம் கொடுத்தார்கள். ரோட்டில் கிடந்த குழந்தையை மார்த்தா மீட்டபோது பின்மதியம் மூன்று மணி. ஊர்த்தலைவரும், மக்களும் அவரை வெறுப்புடன் பார்த்தார்கள். வீடுவரை தொடர்ந்து மிரட்டினார்கள். அவர் பொருட்படுத்தவில்லை; பயந்ததாகக் காட்டவுமில்லை. வீடு வந்தபின்னர்தான் குழந்தை ஆண் என்பதைக் கண்டுபிடித்தார். எகேலு என்று பெயர் சூட்டினார். ஹாவாய் மொழியில் அதன் பொருள் மூன்று. கணவர் கேட்டதற்கு சொன்னார். 'இன்று தேதி மூன்று. நேரமும் மூன்று. குழந்தை மூன்று விரல்களை காட்டி என்னை அழைத்தது.'

குழந்தையின் சுவாசப்பை மெல்ல மெல்ல மூச்சுவிட தானாகவே கற்றுக்கொண்டது. எகேலு திடீரென்று விக்கி ஒரு கணம் விழித்தான். அந்தக் கணத்தில் மார்த்தாவுக்கு அந்த விழிகள் நன்றி சொன்னதுபோல பட்டது. ஆரம்பத்தில் இருந்தே எகேலு வித்தியாசமானவன் என்ற நினைப்பு மார்த்தாவுக்கு இருந்தது. அவன் சிரிப்பது கிடையாது. பசிக்கு அழுவதும் இல்லை. பலவந்தமாக பாலை ஊட்டினால்தான் உண்டு. அவன் பார்வை எதையும் பார்க்காத பார்வை. ஏதோ ஆழ்ந்த சிந்தனையில் இருப்பதுபோல இருக்கும். நடுச்சாமத்தில் சிலவேளை மார்த்தா விழித்துக்கொண்டு குழந்தையைப் பார்ப்பார். அது தூங்காமல் நெடுநேரம் கிடக்கும். அந்தக் கண்கள் எங்கோ தூரத்தில் நிலைத்திருக்கும்.

தவழத் தொடங்கியதும் குழந்தை வீடு முழுக்க நகர்ந்து ஆராய்ந்தது. பிரெடரிக்கிடம் நிறையப் புத்தகங்கள் இருந்தன. எகேலு புத்தகங்களை ஒவ்வொன்றாக இழுத்துப் பார்ப்பான். கிழிக்காமல், கசக்காமல் பக்குவமாக ஒவ்வொரு பக்கமாகத் திருப்புவான். விளையாட்டுச் சாமான்கள் அவனுக்குத் தேவையே இல்லை. ஒரு புத்தகத்தைக் கொடுத்தால் போதும். அதனுடனே அன்று முழுவதும் கழிப்பான்.

ஒன்றரை வயது மட்டும் அவன் வாய் திறந்து ஒரு வார்த்தை பேசியது கிடையாது. சோமாலிலாண்ட்டின் தலைநகரமான ஹர்கீசாவுக்கு சென்று அங்கே அவனை மருத்துவரிடம் காட்டலாமா என கணவனும் மனைவியும் ஆலோசித்தார்கள். ஆனால் அதற்கு அவசியம் இருக்கவில்லை. ஒருநாள் இரவு வழக்கம்போல மூவரும் மேசையில் அமர்ந்து உணவருந்தினார்கள். உயரமான நாற்காலியில் உட்கார்ந்து எகேலு கரண்டியால் உணவை எடுத்து வாயில் வைத்தான். அவன் கண்கள் மட்டும் எங்கோ தூரத்தில் சஞ்சரித்தன. பிரெடரிக் நெஞ்சுவரை வளர்ந்துவிட்ட தாடியை தன் மேல் சட்டைக்குள் நுழைத்துவிட்டு, மாட்டிறைச்சியை வெட்டி வாயில் வைத்தார். பின்னர் வாழைப்பழத்தைக் கடித்துக்கொண்டு மேசையில் தாளம்போட்டு மகனுக்கு விளையாட்டுக் காட்டினார். 'நிறுத்து. நான் சிந்திக்கிறேன் அல்லவா?' என்று சுத்தமான ஜேர்மன் மொழியில் எகேலு வாயைத் திறந்து பேசினான். பிரெடரிக்கின் கை அரை அடி உயரத்தில் மேசைமேல் அப்படியே நின்றது. மார்த்தா வாயில் வைத்த உணவை விழுங்கவில்லை. 'என்ன சொன்னாய், மகனே?' என்று அதிர்ச்சி நீங்காமல் பிரெடரிக் கேட்டார். மறுபடியும் எகேலு அதையே சொன்னான்.

அன்று மார்த்தாவும் பிரெடரிக்கும் நீண்ட நேரம் எகேலு பற்றி விவாதித்தார்கள். மேற்கொண்டு என்ன செய்வது என்று மட்டும் அவர்களால் தீர்மானிக்க முடியவில்லை. அடுத்தடுத்து வந்த நாட்களில் ஜேர்மன் மட்டுமல்ல ஆங்கிலத்திலும் அவன் தடங்கல் இல்லாமல் பேசுவது தெரியவந்தது. மற்றக் குழந்தைகள்போல வார்த்தை வார்த்தையாக அவன் பேசவில்லை. வசனங்களை இலக்கண சுத்தமாக அமைத்து நிதானமாகப் பேசினான். இவன் அபூர்வமான குழந்தை என்று உணர்ந்த பின்னர் பிரெடரிக் இன்னும் அதிகக் கவனம் எடுத்தார். எழுத்துக்களையும் அவற்றின் உச்சரிப்பையும் சொல்லிக் கொடுத்தபோது முதல் தடவையாக எகேலுவின் முகத்தில் மகிழ்ச்சி விளையாடியது. புத்தகப் பக்கங்களைச் சும்மா திருப்புவது போய் எழுத்துக்கூட்டித் தானாகவே அவற்றைப் படிக்க ஆரம்பித்தான்.

அவனுக்குப் பேச்சு வந்தாலும் அவன் தொடர்ந்து பேசுவது கிடையாது. நீண்ட மௌனம்தான். இன்னது செய்வான், இன்னது செய்யமாட்டான் என்றும் சொல்லமுடியாது. தினம் தினம் ஆச்சரியப்படுத்தினான். ஒரு நாள் மதியம் அகாசியா மரத்தின் கீழ் நின்றபோது 'அம்மா' என்றான். மார்த்தாவுக்கு திக்கென்றது. 'புறப்படு. மழையை பார்க்கப் போவோம்.' 'மழையா, அது என்ன?' என்றார் மார்த்தா. 'அதற்கு உருவம் கிடையாது. நிறம் கிடையாது. எல்லை கிடையாது. திசை கிடையாது. தொடலாம் ஆனால் பிடிக்க

முடியாது. மிருதுவானதும் அழகானதும். ஆகாயத்தின் மணம் அதில் இருக்கும்.' 'அப்படியா?' என்றார் மார்த்தா. அவரால் வேறு பதில் தயாரிக்க முடியவில்லை.

இன்னொரு நாள் அம்மா என்றான். மார்த்தா அதிர்ச்சியை ஏற்பதற்குத் தயாராக முகத்தை மாற்றிக்கொண்டு நின்றார். 'ஒரு முறை நீ எனக்கு பால் பருக்கியபோது சூடான பாலைத் தந்தாய். எனக்கு வாய் வெந்து விட்டது. நான் கதறிக் கதறி அழுதேன்' என்றான். 'ஆமாம். தவறுதலாய் செய்துவிட்டேன். உனக்கு அப்போது மூன்று மாதம். எப்படித் தெரியும்?' என்றார். 'எனக்கு ஞாபகம் இருக்கு. ஆனால் அப்போது என்னால் பேசமுடியவில்லை. நீ பாலைப் புகட்ட வரும்போது நான் தலையை அப்படியும் இப்படியும் ஆட்டு வது அதனால்தான். எங்கே சூடான பாலைத் தந்து விடுவாயோ என்ற பயம்தான்.' 'மன்னித்துவிடு, எகேலு' என்றாள் மார்த்தா. அவன் பார்வை பல மைல்கள் தூரத்துக்குப் போய் விட்டது.

ஒருநாள் எகேலுவை மனநல மருத்துவரிடம் அழைத்துப் போனார்கள். அவர் சோதனைகள் செய்து முடித்த பின்னர் கூறினார். 'இவன் அபூர்வமான குழந்தை மேதை. அதுதான் இவன் மனம் எப்பொழுதும் ஆழ்ந்த சிந்தனையின் வசம் இருக்கிறது. அதைக் கெடுக்கும் விதமாக ஏதாவது செய்யவேண்டாம். நீங்கள் ஒன்றுமே கற்பிக்கத் தேவையில்லை. அவனாகவே கற்றுக் கொள்வான். வசதிகளை மட்டும் செய்து கொடுங்கள். இசைமேதை மோசார்ட் பற்றிக் கேள்விப் பட்டிருப்பீர்கள். அவர் சிறுவனாக இருந்தபோது ஒரு சம்பவம் நடந்தது. அந்தக் காலத்தில் பிரபல இசை மேதையாக இருந்தவர் பெயர் கிரிகோரியோ. அவர் அபூர்வமான இசைக்கோர்வை ஒன்று தயாரித்து அதைப் போப்பாண்டவர் முன்னிலையில் இசைத்துக் காட்டினார். அந்தக் கூட்டத்தில் சிறுவன் மோசார்ட்டும் இருந்தான். அன்று வீட்டுக்குத் திரும்பிய மோசார்ட்டால் இரவு தூங்கவே முடியவில்லை. அவன் கேட்ட இசை காதுகளில் ஒலித்துக் கொண்டே இருந்தது. அந்த இசையின் குறிப்புகளை ஞாபகசக்தியில் இருந்து அப்படியே மீட்டு இரவிரவாக எழுதினான். காலையான போது அந்த அற்புதமான இசைக் கோர்வை முழுவதையும் திரும்பவும் படைத்துவிட்டான். உங்கள் மகனும் பெரிய மேதை. அவனுக்கு நல்ல எதிர்காலம் இருக்கிறது. அவன் வழியிலேயே விடுங்கள்' என்றார்.

ஒவ்வொரு நாளையும் எகேலு புதிய நாளாக மாற்றினான். ஒரு விடுமுறை நாள் வீட்டுத் தோட்டத்தில் உட்கார்ந்து மூவரும் வேடிக்கை பார்த்தார்கள். பெற்றோரின் சம்பாசணையில் அவன் கலந்து கொள்வதில்லை. வழக்கம்போல புத்தகம் ஒன்றின் பக்கங் களைத் திருப்பியபடி இருந்தான். வீட்டிலே உள்ள புத்தகங்கள்

முடிந்துவிட்டதால் வெளிநாட்டில் இருந்து நூல்களை வரவழைத்துக் கொடுத்தார் பிரெடரிக். எதைப் படித்தாலும் அதை அவன் மறப்ப தில்லை. இன்ன புத்தகம் வேண்டும் என்று அவன் கேட்பதுமில்லை. அன்றும் அப்படித்தான் ஏதோ ஒரு புத்தகத்தை கையில் வைத்து பக்கம் பக்கமாகப் புரட்டிக் கொண்டிருந்தான்.

மஃரிப் தொழுகைக்கான அழைப்பு காற்றில் வந்தது. ஓர் அம்பு எய்தால் அது விழும் இடம் தெரியவேண்டும். அதுதான் மஃரிப் தொழுகைக்கான நேரம். பகல் முடியவில்லை, இரவு தொடங்க வில்லை. பிரம்மாண்டமான பறவை ஒன்று சத்தமிட்டபடி மேலே பறந்துபோனது. எகேலு ஒரு கணம் நிமிர்ந்து பார்த்துவிட்டு 'அது கோரிபஸ்டார்ட் பறவை. எங்கேயோ பக்கத்தில் நிலத்திலே குழிபறித்து முட்டை இடப்போகிறது. உலகிலேயே அதிக எடை கொண்ட பறக்கக்கூடிய பறவை இதுதான்' என்றான். இத்தனைக்கும் அவன் அந்தப் பறவையை இதற்கு முன்னர் கண்டது கிடையாது. எல்லாம் எங்கேயோ புத்தகத்தில் படித்ததுதான்.

அடுத்து நடந்த சம்பவத்துக்குப் பின்னர்தான் நைரோபிக்கு மாற்றல் கேட்கவேண்டும் என்ற எண்ணம் தம்பதிகளுக்குத் தோன்றியது. வருமான வரி கணக்கு சம்பந்தமாக பிரெடரிக் ஏதோ எழுதியவர் பாதியில் மார்த்தாவை அழைத்து 'எங்கள் கூட்டு வருமானத்தில் 23 சதவீதம் எவ்வளவு?' என்று கேட்டார். மார்த்தா கல்குலேட்டரை தேடியபோது ஏதோ சிந்தனையில் இருந்து விடுபட்ட எகேலு சரியான விடையைச் சொன்னான். அவனுக்கு 1, 2, 3 என எண்களை யாரும் கற்றுக் கொடுத்தது கிடையாது. தானாகவே எங்கேயோ படித்து கணித அறிவை வளர்த்திருந்தான். 'எப்படித் தெரியும்?' என்றெல்லாம் கேட்கமுடியாது. 'எப்படியோ தெரியும்' என்றுதான் பதில் வரும்.

அவர்கள் மாற்றல் கேட்கவேண்டிய அவசியம் ஏற்படவில்லை. 'ஒரு மாதம் முன்னர் நைரோபியில் அமெரிக்கத் தூதரகத்தில் நடந்த குண்டு வெடிப்பில் பலர் பலியாகியுள்ளனர். சில அமெரிக்கர்கள் வீடு திரும்பிவிட்டார்கள். அங்கே தொண்டு நிறுவனத்துக்கு ஆட்கள் தேவை. உங்களுக்கு அங்கே போகச் சம்மதமா?' என்று மேலதிகாரி எழுதிய கடிதம் வந்தது. உடனேயே சம்மதம் தெரிவித்து பிரெடரிக் எழுதினார். நைரோபி வந்ததும் முதல் வேலையாக தாடியை மழித்தார். எகேலுவுக்குகூட அவரை அடையாளம் தெரியவில்லை. அவனுடைய மூன்றாவது பிறந்த நாளைக் கொண்டாடிய சில நாட்களில் பிரபலமான மனநல மருத்துவர் ஒருவரைப் போய்ப் பார்த்தார்கள். சோமாலிலாண்ட் மருத்துவரைப் போலவே அவரும் 'ஒன்றுமே செய்யவேண்டாம். பையன் அவன் வழியிலேயே வளரட்டும். அவனுக்கு நல்ல எதிர்காலம் உண்டு' என்று நம்பிக்கை யூட்டினார்.

மருத்துவமனையின் நாலாவது மாடியிலிருந்து கீழே இறங்கி வரவேற்பறையைத் தாண்டியபோது பெரும் சத்தம் கேட்டது. அந்தக் காட்சியை கண்டு மூவரும் செய்வதறியாது உறைந்து போனார்கள். தரையிலே ஒரு பெண் உருண்டு கொண்டிருந்தாள். நீள முரட்டுத் துணியினால் உடம்பைச் சுற்றியிருந்ததால் அவள் ஒரு சோமாலியப் பெண் என ஊகிக்க முடிந்தது. அவள் ஏன் கத்துகிறாள், என்ன மொழியில் பிதற்றுகிறாள் என்பது ஒருவருக்கும் புரியவில்லை. மருத்துவமனை காவலாளி அவளைச் சத்தமிடவேண்டாம் என அதட்டினான். அவளுடைய ஓலம் ஆஸ்பத்திரியை நிறைத்தது.

மார்த்தாவின் கையை உதறிவிட்டு அந்தப் பெண்ணிடம் ஓடினான் எகேலு. அவளிடம் ஏதோ கேட்டான். அவள் பதில் சொன்னாள். மீண்டும் ஏதோ கேட்டான். அவர்கள் சம்பாசணை தொடர்ந்தது. காவலாளி அதைப் பார்த்து திகைத்துப்போய் நின்றான். எகேலு வரவேற்பறை பெண்ணிடம் ஆங்கிலத்தில் அந்தப் பெண் சொன்னதை விவரமாகச் சொன்னான். 'அந்த அம்மாவின் கணவர் ரோட்டிலே வலியில் துடித்து மயங்கிக் கிடக்கிறார். உடனே உதவி கிடைக்காவிட்டால் அவர் உயிர் போய்விடும். அவசரக் கவனிப்பு தேவை.'

அடுத்த நிமிடம் ஆஸ்பத்திரி பரபரவென்று இயங்கியது. மனிதரை உள்ளே கொண்டு வந்து அவசர சிகிச்சை அளித்தார்கள். மருத்துவர் சொன்னார் 'இன்னும் ஒரு நிமிடம் தாமதித்திருந்தால் அவரைக் காப்பாற்றி இருக்கவே முடியாது.' அடுத்தநாள் பத்திரிகை கள் அந்தச் சம்பவம் பற்றி எழுதின. சில பத்திரிகையாளர்களும், டிவி சானல்களும் எகேலுவை பேட்டி கண்டன. எகேலு ஜேர்மன் மொழியிலும், ஆங்கிலத்திலும், ஸ்வாஹிலியிலும் எதுவித தயக்கமும் இன்றி பேட்டி அளித்தான். ஒரே நாளில் எகேலு நாட்டில் மிகப் பிரபலமாகிவிட்டான்.

எகேலுவுக்கு பள்ளிக்கூடம் தேவையில்லை, அவன் வீட்டிலேயே படிக்கலாம் என்பதில் பிடிவாதமாக இருந்தார் மார்த்தா. அவன் புத்தகங்களைப் படித்திருந்தாலும் அவனுக்கு எழுத்து வராது. தன் பெயரைக்கூட எழுதத் தெரியாது. வீட்டிலேயே எழுதப் படிப்பிக்க லாம் என மார்த்தா நினைத்தார். மனநல மருத்துவர் வேறு மாதிரி அபிப்பிராயப்பட்டார். 'அவன் சமுதாயத்தில் வளர வேண்டியவன். பள்ளிக்கூடத்தில் அவன் புதிதாக ஒன்றையுமே கற்கப் போவதில்லை. ஏற்கனவே கற்றுக் கொண்டதைத்தான் கற்பிப்பார்கள். ஆனாலும் வகுப்பிலே மற்ற மாணவர்களோடு பழகுவது அவனுக்கு உலகத்தைக் கற்றுக் கொடுக்கும்' என்றார்.

மார்த்தா மழலையர் பள்ளிக்கூடத்தை நோக்கி எகேலுவுடன் நடந்தார். விண்ணப்பப் படிவத்தை ஏற்கனவே நிரப்பியிருந்தார்.

அனுமதி பொறுப்பாளர் எகேலுவைப் பற்றி பத்திரிகைகளில் படித்திருந்தார். 'வருக, வருக' என்று வரவேற்றார். 'எகேலு என்றால் பொருள் மூன்று அல்லவா? இப்பொழுது உனக்கு மூன்று வயது நடக்கிறது. அப்ப சரி. நாலு வயது நடக்கும்போது உன் பெயரை நாலு என்று மாற்றுவாயா?' ஒரு நகைச்சுவைக்காகத்தான் அவர் அப்படிச் சொன்னார். மார்த்தாவுக்கு எரிச்சலாக வந்தது. இதுவா பள்ளிக்கூடம்? குழந்தையிடம் ஓர் ஆசிரியர் இப்படியா பேசுவது? நிலத்தைப் பார்த்துக்கொண்டு எகேலு பேசினான். 'உங்களுடைய பெயர் பாட்ரு என்று வெளியே கதவில் எழுதியிருக்கிறது. பாட்ரு என்பது ஸ்வாஹிலி அல்ல, அரபு வார்த்தை. பூரணசந்திரன் என்று பொருள். உங்கள் முகம் சந்திரன் போலவும் இல்லை. பிரகாசமும் கிடையாது. வெறும் இருட்டுத்தான்' என்றான். யாரோ 'கெக்' என்று சிரித்தார்கள். எகேலு கையைப் பறித்துக்கொண்டு வெளியே ஓட, மார்த்தா அவனைத் தொடர்ந்தார்.

வீடு திரும்பும் வழியில் எகேலு பேசினான். 'அம்மா, சாக்கிலே சுற்றி வீதியிலே வீசப்பட்டு கவனிப்பாரின்றி கிடந்த என்னை எடுத்து நீ ஏன் வளர்த்தாய்.'

'உனக்கு அது தெரியுமா?'

'தெரியும் அம்மா. முழுக் கிராமமும் என்னைக் கொல்ல நினைத்தது. நீ தன்னந்தனியாக எதிர்த்து நின்று காப்பாற்றினாய்.. நீ எனக்குக் கொடுத்த அந்தப் பெரிய அன்பை என்னால் திருப்பித் தரவே முடியாது. நான் எத்தனை ஆயிரம் புத்தகம் படித்து அறிவைப் பெருக்கினாலும் என்ன பிரயோசனம்? அன்புக்கு நிகர் ஒன்றுமே கிடையாது. இந்த உலகத்தில் ஆகப் பெரியது அன்புதான். அது உன்னிடம் இருக்கிறது' என்றான்.

'மகனே, நாளைக்கு நீ பெரிய விஞ்ஞானி ஆகலாம், தத்துவவாதி ஆகலாம், படைப்பாளி ஆகலாம். அதுவெல்லாம் பெரிதில்லை. ஓர் ஏழை சோமாலியப் பெண்ணின் கணவரைச் சாவிலிருந்து காப்பாற்றினாய்.. அதுதான் பெரிது. அந்த நேயம் உன்னிடம் இருக்கிறதே. நான் பெருமைப்படுகிறேன்' என்றார் மார்த்தா.

உருவமில்லாத, நிறமில்லாத, எல்லை இல்லாத, திசை இல்லாத, தொட மிருதுவான ஆனால் பிடிக்க முடியாத ஆகாய மணம் கொண்ட மழை திடீரெனப் பெய்ததை முதன்முறையாக எகேலுவின் கண்கள் கண்டன.

❑

முதல் சம்பளம்

வாழ்நாள் ஆசை என்று ஒவ்வொருவருக்கும் ஒன்று இருக்கும். என்னுடைய ஆசை கனடாவில் ஒரு நாளாவது வேலை செய்வது. வேலை என்றால் தொண்டு வேலை அல்ல; அது நிறையச் செய்துகொண்டிருக்கிறேன். சம்பளத்துக்கு வேலை. என்ன வேலை என்றாலும் பரவாயில்லை. தோட்ட வேலை. சுப்பர் மார்க்கட்டில் வண்டில் தள்ளும் வேலை. உணவகத்தில் கோப்பை எடுக்கும் அல்லது கழுவும் வேலை. மூளை உபயோகிக்கும் வேலை மட்டும் வேண்டாம். அதுவும் கணக்கு எழுதும் வேலை எனக்குத் தேவையே இல்லை. வாழ்நாள் முழுக்க அதைத்தானே செய்தேன்.

சுப்பர்மார்க்கட்டில் வண்டில் தள்ளும் வேலைக்கு முயற்சி செய்தேன். வாடிக்கையாளர்கள் சாமான்களை வண்டிலிலே வைத்துத் தள்ளிச் சென்று காரிலே சாமான்களை ஏற்றி வண்டிலை விட்டுவிட்டுப் போவார்கள். அவற்றைச் சேகரித்து சுப்பர்மார்க்கட் உள்ளே கொண்டு போய் நிறுத்தவேண்டும். அதைக் கெடுத்தவர் புலம்பெயர்ந்த தமிழர்தான். அவர் அங்கே 30 வருடமாக வேலை செய்கிறாராம். 20 வண்டில்களை சேகரித்து ஒரேயடியாக உள்ளே தள்ளிக்கொண்டு போவதில் ஒரு சாதனை வைத்திருந்தார். அந்தச் சாதனையை நான் முறியடித்துவிடுவேன் என பயந்தாரோ என்னவோ, அந்த வேலை எனக்கு கிடைக்காமல் தடுத்துவிட்டார்.

வேறு பல வேலைகளுக்கு முயற்சிகள் செய்தாலும் அவை தோல்வியிலேயே முடிந்தன. இப்படி நான் சோர்ந்துபோய் இருந்த சமயம்தான் ஒரு நாள் அதிகாலை டெலிபோன் மணி அடித்தது. மற்றப் பக்கம் இருந்தவர் ஒரு நிமிடம் பேசிய பின்னர்தான் அவர் ஆங்கிலம் பேசுகிறார் என்று எனக்குப் புரிந்தது. அவர் சீனாக்கார ராக இருக்கலாம். தமிழ் ஆங்கில மொழிபெயர்ப்புக்கு வரமுடியுமா என்று என்னிடம் கேட்டார். எப்போது என்று கேட்டேன். இன்றைக்கு. எத்தனை மணிக்கு? காலை 9 மணி. என்ன இடம்? அவர் முகவரியைச் சொல்லச் சொல்ல எழுதினேன். தூரமான தேசம். தொலைந்துபோவதற்கான வாய்ப்புகள் அதிகம். நான் அது பற்றி யோசிக்கும்போதே வாய் 'சரி வருகிறேன்' என்று சொல்லி விட்டது.

ஒன்பது மணிக்கு ஒரு நிமிடம் இருக்கும்போது போய்ச் சேர்ந்தேன். நான் சந்தித்தது ஒரு யூதப் பெண்மணி. பெயர் எமூனா என்றார். அவர் உடையும், இருந்த தோரணையும், பேசிய விதமும் எனக்குப் பிடித்துக்கொண்டது. கருணை உள்ளவர் என்று உடனேயே என் மனதில் பதிந்தது. காப்புறுதி நிறுவனம் சார்பில் விபத்தில் மாட்டிய ஒரு தமிழ் பெண்மணியின் உடல், மன நிலையை அவர் மதிப்பீடு செய்யவேண்டும். இவருடைய மதிப்பீட்டின் அளவுகோல் படி அந்தப் பெண்ணுக்கு இழப்பீடு வழங்கப்படும் என்பதை எமூனாவே என்னிடம் சொன்னார்.

விபத்தில் மாட்டிய பெண்ணின் பெயர் சின்னநாயகி என்று எனக்கு அறிமுகம் செய்து வைத்தார். பெரியநாயகி கேள்விப் பட்டிருக்கிறேன். சின்னநாயகி புதிதாக இருந்தது. அவர் ஒரு திருமண விழாவுக்கு உறவுக்காரருடன் காரில் போய்க்கொண்டிருந்தபோது வேறு காருடன் மோதி விபத்து நடந்தது. மூன்று நாள் மருத்துவ மனையில் நினைவு தப்பிக் கிடந்தார். உடம்பில் பல இடங்களில் முறிவு. தலையில் பலமான அடி. காரில் பயணம் செய்த மற்றவர்கள் சிறிய காயங்களுடன் தப்பிவிட்டனர். ஒருமாத காலமாக இவருக்கு சிகிச்சை நடந்தது. இப்பொழுது வீட்டில் இருந்து சிறிது சிறிதாகத் தேறி வருகிறார். இந்த விவரங்கள் நான் பின்னர் தெரிந்து கொண்டதுதான்.

சின்னநாயகி கட்டையாக உருண்டையாக இருந்தார். முகத்திலே நிரந்தரமான வலிபோன்ற தோற்றம். யாழ்ப்பாணத்தில் தமிழ் ஆசிரியையாக வேலை செய்து புலம்பெயர்ந்தவர். அவருக்கு கணவரும் ஒரு மகனும் மட்டுமே. நோயாளியும் மொழிபெயர்ப் பாளரும் அவர்களுக்குள் பேசுவது தடுக்கப்பட்டிருந்தது. ஆனாலும் சின்னநாயகி இடைவேளைகளில் தன் சரிதத்தை எனக்குச் சொல்லிவிடுவார். மகன் அவரை இங்கே இறக்கிவிட்டு வேலைக்குப் போயிருக்கிறார். பின்னேரம் வந்து அவரை வீட்டுக்கு கூட்டிப் போவார். 'என்ரை நிலைமையை எடுத்துச் சொல்லுங்கோ' என்று அடிக்கடி எனக்கு நினைவூட்டினார்.

நான் மொழிபெயர்ப்பதற்கு தயாராக இருந்தேன். எமூனா ஆரம்பித்தார்.

இன்று எப்படி உடம்பு இருக்கிறது?

வலிதான். வலியில்லாத ஒரு நிமிடத்தைக்கூட நான் அனுப வித்தது கிடையாது.

இரவு தூங்கினீர்களா?

நித்திரை மாத்திரை போட்டுவிட்டு படுத்தேன். மூன்று மணி நேரம் தூங்கினேன். பின்னர் எழும்பி இன்னொரு வலி மாத்திரை போட்டேன். சிறிது நடந்தேன். சுடுதண்ணீர் வைத்துக் குடித்தேன். தூங்க முடியவில்லை.

உங்களுக்குச் சொல்லித்தந்த உடல் பயிற்சிகளை செய்கிறீர்களா?

பயிற்சி செய்தால் வலி இன்னும் கூடுகிறதே. ஏதோ கொஞ்சம் ஏலக்கூடியதை செய்கிறேன்.

கல்யாணவீடு, பிறந்தநாள் கொண்டாட்டம் இப்படியான நிகழ்வுகளுக்குப் போகிறீர்களா? அப்படிப் போனால் உங்களுக்கு நல்லது என்று சொல்லியிருக்கிறேன். முகத்தில் சிரிப்பு வரும்.

போகிறேன். என்னுடைய அக்கா அதுகளுக்குக் கூட்டிப் போவார்.

நல்லது. நல்லது. உங்கள் சுவாச...

திடீரென்று சின்னநாயகி எழுந்து நின்று தாதி வெப்பமானியை உதறுவதுபோலக் கையை உதறினார். என்ன என்று கேட்டபோது மருத்துவருடைய குறிப்பை மறந்துவிட்டார் என்றும் அதை எடுத்துவர வெளியே போகவேண்டும் என்றார். சிறிது நேரத்தில் குறிப்பை எடுத்து வந்து எமுனாவிடம் நீட்டினார்.

உங்கள் மருத்துவரும் சுவாசப் பிரச்சினை பற்றி எழுதி யிருக்கிறார். இது என்ன புதிதாக இருக்கிறது?

மூச்சு விடக் கஷ்டம். பாதி மூச்சுத்தான் வருகிறது. சுவாசப்பை நிறைவதே இல்லை. உடனே களைப்பும் வருகிறது என்றுவிட்டு இளைத்தார்.

நீங்கள் உங்கள் சமூகக் கூட்டங்களில் பாடியுள்ளதாக முன்பு சொன்னீர்களே. எங்கே ஒரு பாட்டுப் பாடுங்கள் பார்ப்போம்.

உடனே சின்னநாயகியிடம் ஒரு மாற்றம் வந்தது. முகத்திலே சிரிப்பும் தோன்றியது. அழகாகக்கூட தெரிந்தார்.

சுவாசமே சுவாசமே
என்ன சொல்லி என்னை சொல்ல
காதல் என்னை கையால் தள்ள
இதயம்தான் சரிந்ததே உன்னிடம்
சுவாசமே சுவாசமே.

அவர் படித்த சங்கீதத்தில் கொஞ்சம் மீதி இன்னும் இருந்தது. இரண்டு மைல் ஓடியதுபோல அவருக்கு மேலும் கீழும் இழுத்தது. நான் திகிலுடன் மொழிபெயர்க்க வேண்டுமா என்பதுபோல பார்த்தேன். எமுனா வேண்டாம் என்றார்.

தொடர்ந்து சின்னநாயகி பேசினார். திடீரென்று வலி வருகிறது. சிவப்பு வலி மாத்திரை போட்டாலும் போகுதில்லை. மஞ்சள் போட்டாலும் போகுதில்லை. அது நினைத்த பாட்டுக்கு வருகிறது. நினைத்த நேரம் போகிறது.

கழுத்து வலியா?

இல்லை, கை வலி.

அங்கேயுமா? நடுச்சாமத்தில் வலி வந்தால் என்ன செய்வீர்கள்?

கையை நீட்டிக்கொண்டு சுடுதண்ணீர் பைப்பை திறந்து விடுவேன். முதலில் குளிர்ந்த தண்ணீர் வரும். பின்னர் அது சூடாகி சுடுநீர் வரும். அதை மாறி மாறிப் பிடிப்பேன். வலி போகாது. கொஞ்சம் ஆறுதலாக இருக்கும்.

உங்கள் கணவரையும் நீங்கள்தான் பார்க்கவேண்டுமா?

வேறு ஆர்? நான்தான் பார்க்கவேண்டும். அவர் மறதி என்னிலும் மோசம். குளிர் பெட்டியை திறந்து தலையை நுழைத்து எதையோ தேடுவார். ஆனால் மறந்துவிடும். கதவு வந்து அவர் முதுகில் அடிக்கும். அப்படியே உறைந்த கல்லைப்போல நிற்பார்.

போனதடவை உங்களுக்கும் மறதி வருகிறது என்று சொன்னீர்களே.

அதுதான் மோசம். பக்கத்துக் கடைக்குப் போனால் என்ன சாமான் வாங்க வந்தேன் என்பது நினைவில் இல்லை. ஒருநாள் எங்கே நிற்கிறேன் என்பது மறந்துவிட்டது. என்னுடைய வீட்டு முகவரியும் ஞாபகத்தில் இல்லை. 9 வயதுச் சிறுமி ஒருத்தி என்னைப் பிடித்து அழைத்துப்போய் வீட்டில் சேர்த்தாள்.

உங்கள் பெயரையும் முகவரியையும் டெலிபோன் நம்பரையும் ஓர் அட்டையில் எழுதி அதை எந்நேரமும் கழுத்தில் தொங்க விட வேண்டும். அதை கடந்த தடவை சொன்னேனே.

அதுவும் எனக்கு மறந்துபோனது.

சரி, மருந்தாவது கிரமமாக எடுக்கிறீர்களா?

எங்கே எடுக்கிறேன். எனக்கு அதைப் பார்த்து நேரத்துக்கு நேரம் தவறாமல் தர ஒருவரும் இல்லையே. சிலவேளை முற்றிலும் மறந்துபோகிறேன்.

இப்படி எங்கள் அறிவுரைகளை உதாசீனம் செய்தால் எப்படி உடம்பு சுகப்படும்?

திடீரென்று ஒரு பழைய பாடலை சின்னநாயகி சொன்னார்.

'அடுத்து முயன்றாலும் ஆகும்நாள் அன்றி
எடுத்த கருமங்கள் ஆகா– தொடுத்த
உருவத்தால் நீண்ட உயர்மரங்கள் எல்லாம்
பருவத்தால் அன்றிப் பழா.'

நான் அங்குமிங்கும் தலையைத் திருப்பினேன். அதையும் மொழிபெயர்ப்பதா என்பதுபோல பரிதாபமாக எமூனாவைப் பார்த்தேன். அவர் மொழிபெயர்க்கச் சொன்னார்.

சுருக்கமாக 'எது எது எப்போ நடக்கவேண்டுமோ அது அது அப்போ நடக்கும்' என்றேன்.

உங்கள் கால்வலி எப்படி?

உடனேயே சின்னநாயகியின் முகம் மலர்ந்தது. சொல்லவேணும் சொல்லவேணும் என்று நினைத்து வந்தனான். எல்லாம் மறந்து விட்டது. அந்த வலியை விளங்கப்படுத்தவே முடியாது. எலும்புக்குள் இருந்து தொடங்கும். வித்தியாசமானது.

அது என்ன வித்தியாசமான வலி?

வித்தியாசம் என்றால் வித்தியாசம்தான். அமெரிக்கா காசும் காசு. கனடா காசும் காசு. ஆனால் வித்தியாசம் இருக்கிறதல்லவா?

எமூனா சிரித்தார். நானும் சிரித்தேன்.

உடனேயே சின்னநாயகி உசார் வந்து இடது கால் சப்பாத்தை அதிகாரிக்கு காட்டுவதற்காக சட்டென்று குனிந்து அகற்றினார். ஒருவிதமான மோசமான நாற்றம் எழுந்தது. சதை அழுகிய மணம். காற்றின் நிறம்கூட மாறியதுபோல எனக்குப் பட்டது. எமூனா பார்க்க முன்னரே நான் அவர் பாதத்தைப் பார்த்துவிட்டேன். வீங்கி வரிவரியாக சிவந்துபோய் முயல்குட்டி போல உட்கார்ந்திருந்தது. அதற்குள் இருந்து என்னவோ வெளியே வரத் துடித்தது. கால் விரல்கள் ஒன்றுடன் ஒன்று ஒட்டிப்போய் வாத்தின் விரல்கள்போல ஆகிவிட்டன.

'மூடுங்கள் மூடுங்கள்' என்று எமூனா கத்தினார். நாங்கள் அங்கேயிருந்த ஒரு மணி நேரத்தில் முதல் தடவையாக எமூனா குரலை உயர்த்தினார்.

இப்பொழுது வலி எண் என்னவென்று அமைதியாக கேட்டார்.

எந்த வலி?

எது ஆகக்கூடிய வலியோ அது?

ஒன்று என்றார். நான் மொழிபெயர்க்காமல் அவரிடம் ஒன்றா என்று கேட்டேன். ஆமாம் முதல் நம்பர் வலி. இதை மீறியது இல்லை என்றார்.

நான் எமூனாவிடம் 10 என்று சொன்னேன். அதாவது ஆகக் கூடிய வலி. அவர் அதை எழுதிக்கொண்டார்.

சில நாட்கள் கழித்து அந்தப் பெண்ணுக்கு இழப்பீடு கிடைத்து விட்டதாக அறிந்தேன். தொகை தெரியவில்லை. ஒரு லட்சம் டொலராக இருக்கலாம். ஒரு மில்லியன் கூட இருந்தாலும் அதிசயப் படக் கூடாது. அந்த இழப்பீட்டுப் பணத்தில் என் பங்கும் இருந்தது. எமூனா வைத்திருந்த கோப்பில் சின்னநாயகியின் படம் ஒன்று இருந்தது. விபத்துக்கு முன்னர் எடுத்ததாக இருக்கலாம். நான் அதை என் பக்கத்தில் இருந்து தலைகீழாகப் பார்த்தேன். சிரித்த முகம். ஒரு கணநேரத்தில் நடந்த விபத்தில் அவர் முகம் அப்படி மாறி விட்டது. இனிமேல் அவருக்கு அதுதான் முகம். ஒரு மில்லியன் டொலர்கூட அந்த வலி முகத்தை மாற்றமுடியாது.

* * *

இன்று என்னுடைய சம்பளக் காசு வந்தது. மொழிபெயர்த்த வேலைக்காக சீனாக்காரர் அதை மின்னஞ்சலில் அனுப்பியிருந்தார். அது பேசாமல் போய் எனக்குத் தெரியாமல் என்னுடைய வங்கிக் கணக்கில் அமர்ந்துவிட்டது. காசு அனுப்பிய விவரம் குறுஞ்செய்தி யாக வந்தது. ஒருவரும் எனக்கு மின்னஞ்சலில் பணம் அனுப்பியது கிடையாது. நான் கம்புயூட்டரைத் திறந்து என் வங்கிக் கணக்கில் சென்று பார்த்தேன். உண்மைதான், 50 டொலர் அங்கே புதிதாக உட்கார்ந்திருந்தது. என் முதல் சம்பளம். அப்படியே, அது என்ன வார்த்தை, உடம்பு எல்லாம் புளகாங்கிதம் அடைந்தது.

நான் மனைவியை வரச்சொல்லிக் கத்தினேன். நான் கீழே நிலவறையில் கம்புயூட்டருக்கு முன் அமர்ந்திருந்தேன். அவர் வேலையாக மேலே இருந்தார். 12 படிகளையும் ஒவ்வொன்றாகக் கடந்து கீழே வந்தார். நான் கம்புயூட்டரைக் காட்டினேன். அவர் நெடுநேரம் பார்த்தார். மிருகக்காட்சி சாலையில் நூதனமான ஒரு மிருகத்தைப் பார்ப்பதுபோல உற்றுப் பார்த்தார். தெரிகிறதா? என்றேன். ஓமோம் என்று அதிசயமாகத் தலையாட்டினார். 50 டொலர் அங்கே இருப்பதை அவரும் உறுதி செய்தார். என் முதல் சம்பளக் காசு.

மனம் குதித்தது. என்ன செய்வது? என்ன செய்வது? ஒரு காலத்தில் இலங்கையில் 19 வயது நடந்தபோது எனக்கு முதல் வேலை கிடைத்தது. அரசாங்க பஸ்களின் நூற்றுக்கணக்கான டயர் நம்பர்களை கணக்கெடுத்து எழுதிக் கொடுப்பது. என்னுடன் சேர்ந்து 50, 60 மாணவர்கள் வேலை செய்தார்கள். ஒரு வாரம் கழித்து வேலை முடிந்தபோது சம்பளம் தந்தார்கள். 150 ரூபா. முதல் சம்பளம். அத்தனை பெரிய காசை நான் பார்த்தது கிடையாது. என் அப்பாவும் பார்த்ததில்லை. என்ன செய்வதென்றே தெரிய வில்லை. அன்றிரவு முழுக்க தூங்காமல் யோசித்தேன். மணிக்கு இரண்டு தடவை காசை எண்ணிப் பார்த்தேன். வீட்டிலேயே திருடர்கள் இருந்ததால் எச்சரிக்கையாக இருப்பது நல்லது.

அடுத்தநாள் கடைக்குப் போய் ஒரு கைக்கடிகாரம் வாங்கி னேன். சரியாக 150 ரூபாய். வைலர் கைக்கடிகாரம். உடனேயே நேரத்தைப் பார்த்தேன். 10.11. சிறிது நேரம் கழித்து 10.12. இன்னும் கொஞ்ச நேரம் கழித்து 10.13. அன்று முழுக்க ஒவ்வொரு நிமிடமும் அதைப் பார்த்தேன். என் மனம் ஓடியதுபோலவே அதுவும் போட்டியாக ஓடியது.

அது அப்போது. இப்பொழுது கனடா நாட்டில் என்னுடைய முதல் சம்பளமாக கிடைத்த 50 டொலரை என்ன செய்வது? எத்தனை பெரிய காசு? இந்திய ரூபாயில் 2600. இலங்கை ரூபாவில் 6000. யப்பானிய யென்னில் 4200. இத்தாலியன் லீராவில் 64,150. இன்றிரவு தூங்காமல் இதைப் பற்றி யோசிப்போம். நாளை இரவும் யோசிப்போம். எத்தனை கொண்டாட்டமான நிகழ்வு. அதில் கொஞ்சம் வலியும் இருந்தது. ❑

குமர்ப் பிள்ளை

கீழே காணும் சம்பவத்தைப் படித்தவுடன் நீங்கள் நம்பினால் அது கற்பனை. நம்பாவிட்டால் அது உண்மை. நீங்கள்தான் முடிவு செய்யவேண்டும்.

வெளிநாட்டில் என் தொழிலை வளர்த்து நான் நிறையச் சம்பாதித்தேன். மனைவி போன பின்னர் நாலு பிள்ளைகளும் நாலு நாடுகளில் தங்கிவிட்டார்கள். குளிர் கூடக்கூட பகல் குறையும் நாடு அது. என் பிறந்த ஊரில் மீதி வாழ்நாளைக் கழிக்கவேண்டும் என்ற விருப்பம் எனக்கு. போர் முடிந்ததும் யாழ்ப்பாணத்துக்குப் போய் நான் பிறந்து வளர்ந்த வீட்டைத் திருத்தி எடுத்து தங்கினேன். 20 வருடங்களுக்குப் பின் என் சொந்த ஊரைப் பார்க்கிறேன். உடையாத ஒரு வீட்டைக்கூடக் காணமுடியவில்லை. கோயில்களின் நிலைதான் மோசம். பார்த்துப் பார்த்து, தேர்வு செய்து குண்டு போட்டது போலிருந்தது. எல்லாமே தரைமட்டமாகிவிட்டன. என் அப்பா விட்டுப்போன சில காணிகளும் வீடுகளும் இருந்தன. ஒரு காணியை விற்று அந்தக் காசில் எங்கள் ஊர் கோயிலைத் திருத்தி கும்பாபி ஷேகம் செய்வித்தேன். ஊர்ச் சனங்களுக்கு ஏற்பட்ட மகிழ்ச்சியைச் சொல்ல முடியாது.

அடுத்த ஊரில் இருந்தும் ஆட்கள் வந்து என்னைப் பார்த் தார்கள். அவர்களுடைய கோயிலும் இடிந்துவிட்டது. ஒரு வீட்டை விற்று அந்தக் கோயிலுக்கும் கும்பாபிஷேகம் செய்வித்தேன். இப்படித் தொடர்ந்து என் காணிகளையும் வீடுகளையும் விற்று நாலு கும்பாபிஷேகங்கள் நடத்தினேன். எனக்கு ஓர் உதவியாளர் இருந்தார். நாள் முழுக்க ஒரே வேலையை அலுப்பில்லாமல் செய்யக் கூடியவர். சண்முகம் என்று பெயர். அவர்தான் காரியதரிசி. அவர்தான் டிரைவர். ஒரு மனுசி தினமும் வந்து சமைத்துவிட்டுப் போகும். என் வாழ்வில் முன் ஒருபோதும் அனுபவித்திராத ஒருவித அமைதி நிலவியது. அப்படி நினைத்தேன். அடுத்த நாளே எல்லாம் மாறியது.

வாசல் கேட்டில் ஒருவர் வந்து நின்று 'ஐயா' என்று அழைத் தார். சண்முகம் போய் ஏதோ பேசி அவரை அனுப்பிவிட்டு வந்தார்.

அடுத்த நாளும் அதே நேரம் வந்தார். சண்முகம் அவரை உள்ளே அனுமதிக்கவில்லை. மூன்றாவது நாள் கேட்டிலே நின்று 'ஐயா, என்னிடம் ஒரு குமர் இருக்கிறது' என்று கத்தினார். நான் கையைக் காட்ட சண்முகம் அவரை உள்ளே அழைத்து வந்தார். அவருடைய மகளுடைய கல்யாணத்துக்குப் பண உதவி கேட்டு வந்திருக்கிறார் என்று நினைத்தேன்.

அவருக்கு வயது 60 இருக்கும். வேட்டி உடுத்து மேல் சட்டை அணியாமல், தோய்த்து தோய்த்து பழுப்பாகிய ஒரு சால்வையால் காந்திபோல போர்த்தியிருந்தார். அவர் கழுத்திலே பதக்கம்போல ஒரு திறப்புத் தொங்கியது. நெற்றி நிறைய விபூதி. இன்றைக்கோ, நாளைக்கோ முந்தாநாளோ செத்துப்போகத் திட்டமிட்டதுபோல எலும்பு தள்ளி மெலிந்து போயிருந்தார். ஆனால் அவர் முகத்தில் ஜொலித்த சாந்தமும் அமைதியும் புன்னகையும் அபூர்வமாக விருந்தன. கைகூப்பி 'நமச்சிவாயம்' என்றார். நானும் சொன்னேன். 'அமருங்கள்.' நெஞ்சை வலது கையால் தொட்டு 'நெஞ்சம் உமக்கே இடமாக வைத்தேன்' என்று சொல்லியவாறு உட்கார்ந்தார். மறுபடியும் 'என்னிடம் ஒரு குமர் இருக்கிறது' என்றார். 'மகளுக்கு மணம் பேசுகிறீர்களா?' என்றேன். 'ஓ, அப்படி ஒன்றும் இல்லை. கும்பாபிஷேகம் செய்வதற்கு பழைய கோயில் ஒன்று உண்டு. மிகவும் விசேடமானது. 500 ஆண்டுகளுக்கு முன்னர் சண்பகப் பெருமாள் என்ற மன்னன் கட்டியது. போர்த்துக்கேயர் படையெடுப்பில் கோயிலை மறைத்து மூடிவிட்டார்கள். இந்தச் சரித்திரம், சிங்கள ராணுவம் உட்பட, ஒருத்தருக்கும் தெரியாது. அதனால்தான் அவர் கள் குண்டு போட்டு அழிக்கவில்லை. தானாகவே சிதிலமடைந்து கிடக்கிறது. நீங்கள் மனம் வைத்தால் கோயிலை புனருத்தாரணம் செய்யலாம். உங்களை நம்பி வந்திருக்கிறேன்' என்றார். 'இதோ பாருங்கள். சொத்து எல்லாவற்றையும் விற்று நாலு கும்பாபிஷேகம் செய்து முடித்துவிட்டேன். இனிமேல் விற்பதற்கு ஒன்றுமே இல்லை. மன்னித்துவிடுங்கள்' என்றேன்.' 'மன்னிப்பா? நீங்கள் எனக்கு நன்றியல்லவா சொல்லவேண்டும்' என்றார். பின்னர் சட்டென்று எழுந்து போய்விட்டார்.

அவருடன் என் நிம்மதியும் போனது. அன்று இரவு எனக்கு தூக்கம் இல்லை. எப்படியும் அவருடைய கோரிக்கையை நிறைவேற்றி விடவேண்டும் என்று தோன்றியது. ஒரு குமரைக் கரைசேர்க்கப் பாடுபடுவதுபோல இவர் இதே சிந்தனையாக அலைந்தார் என்பது தெரிந்தது. நான் மறுப்பு தெரிவித்தபோதும் அவர் புன்னகை மாறவில்லை. 'நீங்கள் எனக்கு நன்றியல்லவா சொல்லவேண்டும்' என்றார். அவரை மறுபடியும் தொடர்புகொள்ள வேண்டும் என்று நினைத்தபடியே அன்றைய இரவைக் கழித்தேன்.

அடுத்தநாள் காலை சண்முகம் ஓடிவந்து கதவுக் குமிழைப் பிடித்துக்கொண்டு மூச்சுவாங்க நின்றார். 'என்ன?' 'நேற்று வந்தவர் மறுபடியும் வந்திருக்கிறார்.' எனக்கு மகிழ்ச்சி. நான் அவரைத் தேடிப் போகத் தேவையில்லை. 'ஐயா, ஒரு வேண்டுகோள். நீங்கள் ஒருமுறை வந்து கோயிலைப் பாருங்கள். அதற்குப் பின்னர் நீங்கள் என்ன முடிவெடுத்தாலும் எனக்குச் சரி' என்றார். நான் உடனேயே புறப் பட்டேன். சண்முகம் காரை வெளியே எடுத்தபோது 'மன்னிக்க வேண்டும், ஐயா. நான் காரிலே பயணிப்பதில்லை. நடந்து வருகிறேன். நீங்கள் கோயிலுக்குப் போங்கள்' என்றார். நான் முதலில் அங்கே போய் என்ன செய்வது? நானும் அவருடன் நடப்பது என்று முடிவு செய்தேன். போகும்போது உரையாடி அவருடைய சரித்தி ரத்தையாவது தெரிந்து கொள்ளலாம். நடக்கத் தொடங்கிய பின்னர்தான் தெரிந்தது கோயிலின் தூரம் ஆறு மைல் என்று.

'நாவுக்கரசன்' என்பது அவராகவே வைத்த பெயர். அவருடைய இயற்பெயர் தட்சிணாமூர்த்தி. திருநாவுக்கரசர் மேல் அவருக்கிருந்த பக்தியால் அப்படி பெயர் சூட்டிக் கொண்டாராம். நாவுக்கரசர் என்றால் அது ஒருவர்தான். அதனால் தன் பெயரை நாவுக்கரசன் என்று சற்று மாற்றி வைத்தார். அப்பருடைய தேவாரங்கள் 3000 அவருக்குப் பாடம். பதிகங்களை தினமும் தான் பாடுவதாகச் சொல்லி 'சலம்பூவொடு தூபம் மறந்தறியேன், தமிழோடிசை பாடல் மறந்தறியேன்' என்ற தேவாரத்தை இனிய குரலில் நடந்துகொண்டே பாடினார்.

ஒரு மைல் தூரம் நடந்திருப்போம். எனக்கு இளைத்தது. 'கழுத்திலே என்ன திறப்பு?' என்று கேட்டேன். 'அதுவா மடத்தின் திறப்பு' என்றார். 'மடத்திலே நிறையப் பொருள்கள் இருக்குமா?' 'வேறொன்றுமில்லை. மாடுகள் உள்ளே புகுந்து படுத்துவிடும்' என்றார். மிகப்பெரிய வாழைத்தோட்டத்துக்கு ஒரு காலத்தில் சொந்தக்காரராக இருந்தார். மனைவியும் வசதியான இடத்திலிருந்து அவருக்கு வாய்த்திருந்தார். வாழைத்தோட்ட லாபத்தில் இரண்டு லாரிகள் வாங்கினார். அவையும் லாபம் கொடுக்க மேலும் மேலும் வாங்கி செல்வத்தைப் பெருக்கினார். ஒரு மகனும் பிறந்தான். பணம் சேரச்சேர மனைவி பித்துப் பிடித்தவள் போல ஆனாள். பணவெறி யில் ஆடினாள். மகனும் வளர்ந்து அவனுக்கும் பேராசை உலுக் கியது. அவர் வாழ்க்கையில் பெரும் விரிசல் விழ ஆரம்பித்தது. எத்தனை செல்வம் இருந்தால் என்ன? நிம்மதி இல்லாவிட்டால் வாழ்க்கை ஏது?

அவர்களுடைய பிரிவுக்கான முதல் காரணம் அவர் மனைவி யின் முகத்தில் வாய் இருந்ததுதான். இரண்டாவது காரணம் இந்தக் கோயில். இது பரம்பரையாக மனைவியின் குடும்பத்துக்குச் சொந்த

மானது. கோயிலை நிர்மாணிக்க அவர் முடிவெடுத்தபோது அவள் மறுத்து பத்திரகாளியாக மாறினாள். அவருடைய சொத்துக்கள் முழுவதையும் அவளுக்கும் மகனுக்கும் கொடுத்தார். கோயிலை தன் பெயருக்கு ஒரு கடுதாசியில் எழுதி வாங்கிக் கொண்டார். இப் பொழுது கோயில் இருக்கிறது, அதைப் புனரமைக்கப் பொருளில்லை. அன்றிலிருந்து அவர் சபதம் எடுத்தார். காசை கையினால் தொடுவ தில்லை. காரில் பயணம் செய்வதில்லை. கோயில் மடத்திலே தங்கி யிருக்கிறார். காலையில் ஒரு தேநீர், இரவு கோயில் பிரசாதம் என்று கடவுள் தொண்டில் கழிக்கிறார். 'ஐயா, கோயில் கும்பாபிஷேகத்தை மட்டும் நடத்திவிட்டால் நான் பிறந்ததற்கான பயன் கிட்டியதாக நினைப்பேன்' என்றார்.

மிகப் பழமையான கோயில்தான். நாவுக்கரசன் சொன்ன சரித்தி ரத்தை நான் எங்கேயும் படித்ததில்லை. ஆனால் யாரோ வில்லும் அம்பும் ஆயுதங்களாக வைத்திருந்த ஓர் அரசன் ஒரு காலத்தில் தன் பெயர் நிலைத்து நிற்க வேண்டும் என்று கோயிலை கட்டி எழுப்பியிருக்கிறான். வயதான பெரிய மாமரம் ஒன்று வாசலிலே பிஞ்சுகளுடன் நின்றது. தலவிருட்சமாக இருக்கலாம். 100, 200, 500 வருடங்களுக்கு முன் எப்படி காய்த்ததோ அப்படியே இன்றும் காய்த்தது. கோயில் தனக்கு மேலே தானே விழுந்து இடிந்து கொண்டிருந்தது. என் கையைப் பிடித்து இழுத்துக்கொண்டு நாவுக்கரசன் அவசரமாக உள்ளே நுழைந்தார். கருவூலத்தைப் பார்வையிட்ட நான் திடுக்கிட்டுத் துள்ளி ஓர் அடி பின் நகர்ந்தேன். மீண்டும் கூர்ந்து பார்த்தேன். படங்களாகப் பார்த்திருக்கிறேன். முதன்முதல் நேரில் பார்க்கிறேன். ஸ்ரீசக்கரம், அதுவும் மூன்று பரிணாமத்தில்.

எனக்குத் தெரிந்து ஸ்ரீசக்கரம் அமைந்த கோயில் நூறு மைல் சுற்று வட்டாரத்தில் எங்கும் கிடையாது. மிகவும் சக்தி வாய்ந்தது என்று சொல்வார்கள். யந்திரங்களின் ராஜாவென்றும் கேள்விப் பட்டிருந்தேன். யந்திரத்தின் ஒவ்வொரு கோணத்திலும் தேவதைகள் வீற்றிருக்க நடுவில் அம்பிகை எழுந்தருளியிருப்பதுதான் ஸ்ரீசக்கரத் தின் சிறப்பு என்பது நான் கேள்விப்பட்டது.

1990களில் அமெரிக்காவின் ஒரிகன் மாநிலத்தில் 13 மைல் நீளம், 13 மைல் அகலமான ஸ்ரீசக்கரத்தை வற்றிப்போன குளத்தின் கெட்டியான நிலத்தில் கண்டுபிடித்ததாக பேப்பர்களில் படித்தது நினைவுக்கு வந்தது. 9000 அடி உயரத்தில் விமானம் பறந்தபோது விமானி ஒருவர் தற்செயலாகக் கண்டாராம். என் கண்களை என்னால் நம்ப முடியவில்லை. உடல் நடுக்கம் குறையும் வரைக்கும் கொஞ்சம் அமைதியாகக் காத்திருந்தேன். திரும்பி நாவுக்கரசனைப் பார்த்தேன். அவருக்கு யந்திரம் பற்றிய முழுப் பெருமையும் தெரி

யாது. என் மனதில் அந்தக் கணம் தீர்மானித்துவிட்டேன், எப்படியும் கோயில் கட்டுமானப் பணியை தொடங்கிவிடுவது என்று. அந்த நாளும் கணமும் இன்றும் மனதில் நிற்கிறது. சித்திரை மாதம், சுவாதி நட்சத்திரம். அற்புதங்கள் நடக்கத் தொடங்கிய தருணம்.

வீட்டுக்கு வந்தேன். என் மனம் அலைபோல எழுந்து எழுந்து விழுந்தது. இரண்டு மடங்கு உடம்பில் பலம் கூடியது. மனம் பளிங்குபோல துலக்கமாயிருந்தது. ஒரு பெரிய ஓட்டப் பந்தயத்தில் பங்கு பெறத் தயாராவதுபோல உடம்பு முறுக்கேறிப் பரபரத்தது. ஒரு மின்னஞ்சல் வந்து அங்கே எனக்காகக் காத்துக்கொண்டிருந்தது. அதை வாசித்தபோது மின்னலடித்ததுபோல ஒரு நிமிடம் பேச்சு வரவில்லை. முன்பு கோயில் கும்பாபிஷேகம் செய்தபோது ஒரு நண்பருக்கு உதவி கேட்டு எழுதியிருந்தேன். அவர் பதில் எழுதவே இல்லை. இப்பொழுது 10 லட்சம் ரூபா அனுப்பியிருந்தார் பயன் படுத்தச் சொல்லி.

அது ஆரம்பம்தான். அடுத்த நாள் காலை ஒருவரை சண்முகம் அழைத்து வந்திருந்தார். கும்பாபிஷேகம் செய்தி ஏற்கனவே பரவிவிட்டது. நாலாவது கோயில் திருப்பணியை செய்த எஞ்சினியர். கடுமையான நோயினால் தாக்கப்பட்டு மருத்துவமனையில் நீண்ட நாள் இருந்து பிழைத்தவர். 'நான் கோயில் நிர்மாணத்தை இலவசமாக முடித்து தருவேன்' என்றார். எதிர்பாராத இடங்களில் இருந் தெல்லாம் உதவிகள் கிடைத்தன. என்னுடன் படித்த கட்டிடக் கலைஞர் இலவசமாக திட்டம் வகுத்து தந்ததுடன் மேற்பார்வை செய்யவும் சம்மதித்தார்.

ஒவ்வொரு நாளும் காலை ஆறு மைல் தூரம் நடந்து நாவுக் கரசன் வீட்டுக்கு வந்துவிடுவார். தினம் அவரைப் பற்றிய ஒரு புது விசயம் தெரிய வந்து என்னை ஆச்சரியப்படுத்தும். சமையல்காரர் என்று சொல்ல மாட்டார்; அடிசில்காரர் என்பார். ஈசானிய மூலை, கன்னி மூலை என்பார். எனக்கு ஒன்றுமே புரியாது. மக்கள் அவரி டம் நிறைய மரியாதை வைத்திருந்தனர். அவர் தேவாரம் இசைப் பதைக் கேட்க ஒரு கும்பல் தினம் வந்தது. 'தலையே நீ வணங்காய்' என்று தொடங்கும் பதிகத்தை மூச்சு விடாமல் பாடுவார். 'ஏன் அப்படிச் செய்கிறீர்கள்?' என்று கேட்டால், 'அதுவும் ஒரு மூச்சுப் பயிற்சிதான். ஆண்டவன் தந்த மூச்சை அவனுக்கே அர்ப்பணிக்கி றேன்' என்றார்.

'நெஞ்சம் உனக்கே இடமாக வைத்தேன்' என்று நெஞ்சைத் தொட்டுக்கொண்டு அமர்வார். அவர் கண்களைப் பார்ப்பேன். உள்ளுக்குள் ஏதோ எரிவதுபோல அவை சுடர்விடும். அன்றைய திட்டங்களைச் சொல்லுவார். கணக்கு வழக்குகளைப் பார்ப்போம். தொற்று வியாதிக்காரனை தொட்டாலும் தொடுவார் ஆனால்

காசைத் தொடமாட்டார். காரிலும் போக மாட்டார். நடந்தே செல்வார். சண்முகம் காரில் பணத்தைக் கொண்டுபோய் கொடுக்க வேண்டியவர்களுக்கு கொடுத்துவிட்டு திரும்புவார்.

நீண்ட மூங்கில் கம்புகளில் சாரம் கட்டி ஆட்கள் பரபர வென்று வேலை செய்தனர். கோயில் திருப்பணியில் முழுக் கிராமமும் ஈடுபட்டு ஒரு திருவிழா போலவே எல்லாம் நடந்தது. தொண்டர்கள் திரண்டு வந்தனர். பக்கத்து ஊர்களில் செய்தி பரவி கேட்க முன்னரே உதவி கிடைத்தது. இரண்டு ஸ்தபதிகள் இந்தியா வில் இருந்து வரவழைக்கப்பட்டனர். ஒரு செல்வந்தர் அவர்கள் முழுச்செலவுகளை ஏற்றுக்கொண்டார்.

ஒருநாள் செய்தி வந்தது. நாவுக்கரசன் உடல் நலமில்லாமல் மடத்தில் படுத்துக் கிடக்கிறார் என்று. உடனே மடத்துக்குச் சென்று பார்த்தேன். சுருண்டுபோய் கிடந்தார். கழுத்தில் சாவி தொங்கியது. எலும்பும் தோலும் போர்வையில் சுற்றிக் காணப்பட்டது. அதே ஒரு நேரச் சாப்பாடுதான். 'இது என்ன பிடிவாதம். அம்பாளுக்காக உழைக்கிறீர். உண்பதினால் என்ன அபச்சாரம்' என்றேன். வயிற்றைப் பிடித்துக்கொண்டு 'ஆற்றேன், அடியேன்' என்று உருண்டார். மருந்து எடுக்க மறுத்துவிட்டார். '24 மணி நேரத்தில் இப்படி வயதாகி விட்டீரே?' 'என் வாழ்நாளில் நான் ஆக இளமையாக இருக்கும் கணம் இதுதான். நாளை எனக்கு வயது ஒருநாள் மூப்பாகிவிடும்.' தன் இளமையை நிரூபிப்பதுபோல படுக்கையில் கிடந்தவர் சட்டென்று எழுந்து உட்கார்ந்து கணீரென்று குரல் எடுத்துப் பாடி னார்.

நம் கடம்பனை பெற்றவள் பங்கினன்
தென் கடம்பை திருக்கரக் கோயிலான்
தன் கடன் அடியேனையும் தாங்குதல்
என் கடன் பணி செய்து கிடப்பதே

இரண்டு நாள் கழித்து நாவுக்கரசன் மறுபடியும் பணிசெய்ய வந்துவிட்டார்.

கும்பாபிஷேகம் தேதி குறிக்கப்பட்டு விட்டது. சுபவேளை காலை 6.50 – 7.25 என பத்திரிகைகள் எழுதின. ரேடியோக்கள் தொண்டர்களை பேட்டி கண்டு ஒலிபரப்பியது. 30,000 பேர்வரை வருவார்கள் என்று எதிர்பார்க்கப்பட்டது. அத்தனை பேருக்கும் அன்னதானம் செய்யவேண்டும் என்று தீர்மானித்து அதற்கான ஏற்பாடுகளை நாவுக்கரசன் பார்த்தார். ஒருநாள் அவசரமாக ஓடி வந்தார். 'ஐயா, கணக்கீடுகள் பிழைத்துவிட்டன. 40,000 அடியார்கள் வரக்கூடும். இருப்பில் இருக்கும் அரிசி போதாது' என்றார். கடைசி

நேரம் என்ன செய்வது என்று தெரியாமல் திகைத்துப்போய் ஒருவரை ஒருவர் பார்த்தவாறு நின்றோம்.

அப்பொழுது இன்னொரு அதிசயம் நிகழ்ந்தது. இப்பொழுது நினைத்தாலும் எனக்கு மயிர்கூச்செறிகிறது. ஒரு லாரி நிறைய அரிசி மூட்டைகள் வந்து இறங்கின. பேப்பரில் செய்தியைப் பார்த்துவிட்டு யாரோ அன்பர் கொழும்பிலிருந்து அனுப்பியிருந்தார். அவர் யார் என்பது ஒருவருக்கும் தெரியாது. இவை எல்லாம் எப்படி நடந்தன என்று இப்போது நினைக்கும்போது என்னாலேயே நம்பமுடியாமல் இருக்கிறது.

கும்பாபிஷேகத்தை ஆகம விதிகளின் பிரகாரம் நடத்த சாஸ்திர விற்பன்னர்களை அழைத்திருந்தோம். மேற்குப்பார்த்து அமைத்த யாகசாலைகளில் பூஜைகள் நடைபெற்றன. புனர் நிர்மாணம் தொடங்க முன்னரே மூல விக்கிரகத்தில் உள்ள சக்தியை கும்பத்துக்கு மாற்றும் பூசை நடைபெற்றிருந்தது. திருப்பணி முடிந்த பிறகு சக்தி மூலவிக்கிரகத்துக்கு சென்றுவிடும். அதற்கான பூஜைகள் விரைவில் ஆரம்பமாகிவிடும் என்றார்கள்.

முழுக்கிராமமும் ஒளி விளக்கில் ஜொலித்தது. மூங்கில் சாரம் இறங்கிவிட்டது; விழாவுக்கு வாழைமரம் கட்டியாகிவிட்டது. எந்தப் பக்கம் திரும்பினாலும் கோலாகலம். அன்று நடுச்சாமம் வாசல் கேட்டில் நின்று யாரோ அலறும் சத்தம் கேட்டது. விளக்கைப் போட்டு நாவுக்கரசனை உள்ளே அழைத்து வந்தார் சண்முகம். அவர் முகம் இருண்டுபோய் கிடந்தது. ஏதோ பேசினார். ஆனால் அவர் எண்ணுவது வார்த்தைகளாக மாறவில்லை. வழக்கத்தில் 'ஐயா, ஐயா' என்று என்னை மரியாதையாக அழைப்பார். அன்று ஏதோ அந்நிய ஆளைப் பார்ப்பதுபோல கண்களை உருட்டி விழித்தார். சண்முகம் மூலையில் நடுங்கிக்கொண்டு நின்றார். 'கும்பாபிஷேகத்தை நிறுத்து.' இத்தனை நாளும் நான் பார்த்து பழகிய நாவுக்கரசன் அல்ல; இது வேறு ஆள்.

ஆறு வயது சிறுமியிடம் சொல்வதுபோல குரலை மாற்றி 'அமருங்கள், பேசலாம்' என்றேன். 'நாமார்க்கும் குடியல்லோம். நமனை அஞ்சோம்' என்று இறுமாப்புடன் கூறியவாறே அமர்ந்தார். கையிலே வைத்திருந்த ஒரு மஞ்சள் நோட்டீசை நீட்டினார். மங்கலான எழுத்துக்கள். எக்ஸ்ரேயை பார்ப்பதுபோல மேலே பிடித்து விளக்கு வெளிச்சத்தில் படித்தேன். தலைப்பு 'கும்பாபிஷேகம் விஞ்ஞாபனம்' என்றிருந்தது. எந்தத் தேதி, எங்கே, என்ன நடக்கும் என்ற விவரங்களுடன் புதுப்பிக்கப்பட்ட கோயிலின் படம் மேலே அச்சடிக்கப்பட்டிருந்தது. கீழே இப்படி ஒரு வரி காணப்பட்டது.

'பக்தர்கள் அனைவரும் திரண்டு வந்து அம்பாளின் அனுக்கிரகம் பெற்று ஏகுமாறு அன்புடன் அழைக்கப்படுகின்றனர்.

இங்ஙனம்
பார்வதியம்மாள்
திருநீலகண்டன்

'யார் பார்வதியம்மாள்?' என்று மெதுவாகக் கேட்டேன். 'பார்வதியம்மாள் இல்லை. பாதகத்தியம்மாள். என் மனைவி. அது என் மகன்.'

நான் திகைத்துப்போய் ஒரு நிமிடம் பேசமுடியாமல் நின்றேன். 'அவளுக்கும் என் மகனுக்கும் இதில் சம்பந்தமே கிடையாது. அவள் எனக்கு எழுதித் தந்த கோயில் இது. அவர்கள் வரக்கூடாது. உடனே கும்பாபிஷேகத்தை நிறுத்து' என்றார். 'கோயில் கும்பாபிஷேகம் ஊருக்குப் பொதுவானது. யாரும் வரலாம், போகலாம். இது கடவுளின் இடம். அதைத் தடுக்க யாருக்கும் உரிமையில்லை.'

'உரிமை இல்லையா? அவள் எனக்கு எழுதித் தந்த கோயில். நான் இத்தனை பாடுபட்டேன். புகழ் எல்லாம் அவளுக்கா?'

'புகழ் ஆருக்குப் போனால் என்ன? பலன் உங்களுக்குத்தானே.'

அமர்ந்திருந்தவர் பட்டென்று எழுந்தார். தூணைப் பிளந்து நரசிம்ம அவதாரம் புறப்பட்டது போல இருந்தது.

'இத்தனை நாள் கழித்தும் அவள் வன்மம் தீரவில்லை. என் நிம்மதியைக் கெடுக்க வந்துவிட்டாள். செட்டை முளைத்த புழு மறுபடியும் ஊராது.'

'நீங்கள் அடிக்கடி சொல்வீர்களே அப்பர் தேவாரம் 'நெஞ்சம் உமக்கே இடமாக வைத்தேன்' அடுத்த அடியை நினையுங்கள். 'வஞ்சம் இது ஒப்பது கண்டறியேன்.' ஆண்டவன் சந்நிதியில் வஞ்சம் வேண்டாம். இத்தனை பாடுபட்டு இறுதி நிலைக்கு வந்துவிட்ட கும்பாபிஷேகத்தை வெற்றிகரமாக செய்து முடிப்போம்' என்றேன். வெளியே வரத்துடிக்கும் இருதயத்தை அதட்டுவதுபோல தன் நெஞ்சிலே கையினால் ஓங்கிக் குத்தினார்.

'உடனே நிறுத்துவேன். நான் கோர்ட்டுக்குப் போவேன்.' இப்படிச் சொல்லியபடி அவசரமாக எழுந்து கேட்டை நோக்கி ஓடினார். சண்முகம் அவர் பின்னாலே ஓடி கேட்டை மூடிவிட்டு வந்தார்.

அடுத்த நாள் அதிகாலை சண்முகம் செய்தியுடன் வந்தார். திருநாவுக்கரசன் கோர்ட்டுக்குப் போய்விட்டார். 'எப்படிப் போனார்?' என்று கேட்டேன். 'நடந்துதான்' என்றார் அவர்.

கும்பாபிஷேகம் கிரியைகள் தொடங்குவதற்கு ஒரு நாள்தான் இருந்தது. கோயில் அவர் பெயரில் இருந்தபடியால் தடை உத்தரவு பெறுவதில் ஒன்றும் சிரமம் இருக்காது என்றே தோன்றியது. விழாவுக்கு விசேட ஏற்பாடுகள் செய்யப்பட்டிருந்தன. அடியார்கள், பக்தர்கள், நன்கொடையாளர்கள் எனக் கூட்டம் வரத் தொடங்கி விட்டது. நீதியரசர் வருவதாகச் செய்தி கடைசி நேரத்தில் வந்தது. அவர் என்னுடைய தனிப்பட்ட அழைப்பை ஏற்றுக்கொண்டு வருகிறார். நூற்றுக் கணக்கான தொண்டர்கள் இரவு பகலாக உழைத்தனர். ஒலிபெருக்கிகள் பக்திப் பாடல்களை முழங்கின. பல ஊர்களில் இருந்து சனங்கள் வண்டி பிடித்து வந்து குழுமியிருந்தனர். விடிந்தால் கும்பாபிஷேகம். கடைசி நேரத்தில் தடையுத்தரவு வந்தால் அதை எப்படி எதிர்கொள்வது. ஒன்றுமே புரியாமல் நான் திணறி னேன்.

அன்றிரவு நான் கோயிலுக்குள் புகுந்தேன். இரவு போனது இதுதான் முதல் தடவை. எனக்குப் பிரார்த்தனை எப்படி செய்வது என்று தெரியாது. நாவுக்கரசன் போல 3000 தேவாரங்களையும் மனனம் செய்ததில்லை. உள் பிரகாரத்தில் அசையாமல் உட்கார்ந் திருந்தேன். 'அன்னையே, நான் இங்கு வந்த முதல்நாள் நீ செய்த அற்புதத்தினால் ஈர்க்கப்பட்டேன். தொடர்ந்து பல அற்புதங்கள் நிகழ்த்தினாய். இவையெல்லாம் செய்தது கோயிலை மறுபடியும் இழுத்து மூடவா? 12 வருடங்களுக்கு ஒருமுறை கும்பாபிஷேகம் செய்யவேண்டும் என்று சாஸ்திரம் சொல்கிறது. நீ 500 வருட காலம் இருட்டிலே கிடந்தாய். மீண்டும் இருட்டில் மூழ்குவதுதான் உன் நோக்கமா?'

'பணத்தைத் தொடுவதில்லை. காரில் பயணம் செய்வதில்லை. நாள் முழுக்க விரதம். மூச்சு விடாமல் தேவாரம் பாடுவது. இதுதான் பக்தியா? ஆணவத்தை அடக்க முடியவில்லையே. சிறியன சிந்தியா தான் என்றல்லவா அவரை நினைத்திருந்தேன். இத்தனை அற்பு தங்கள் நிகழ்த்தினாய். இன்னும் ஒன்று செய். இந்தக் கும்பாபிஷேகம் நடக்கவேண்டும்.'

அன்று இரவு முழுவதும் நான் தூங்கவில்லை. காலையில் என்ன செய்தி வரும்? இடைக்கால தடை உத்தரவு கிடைத்தால் எப்படி எதிர்கொள்வது?. ஒவ்வொரு நிமிடமும் நரகமாக இருந்ததால் எல்லா நேரமும் ஒன்றுபோலவே பட்டது. பொழுது விடிந்ததும் சண்முகம் ஓடி வந்தார். பாதி தூரம் வந்ததும் நின்றார். மீதியைக் கடக்க என் உத்தரவு தேவைப்பட்டதுபோல என் முகத்தைப் பார்த்தார். 'என்ன?' என்றேன். உற்று நோக்கியபோது அவர் முகத்தில் காணப்பட்ட உணர்ச்சி சோகமா மகிழ்ச்சியா என்பது தெரிய வில்லை. மேலும் ஓர் அடி முன்னே வைத்தார். 'கோர்ட்டுக்குப்

போகும் வழியில் நாவுக்கரசன் நெஞ்சைப் பிடித்துக்கொண்டு நின்றார். அப்படியே பின்பக்கமாக விழுந்தார். உடனேயே உயிர் பிரிந்துவிட்டது.'

இதுவா அற்புதம்? இதையா நான் யாசித்தேன்? 'எனக்கொரு குமர் இருக்கிறது' என்று தினமும் அலைந்த உன் பக்தனைக் கொன்றுவிட்டாயே. 'ஐயோ நான் கொலைகாரன்' என்று சொல்லி தலையில் அடித்தேன். சண்முகம் 'ஆகும் நாளின்றி எதுவும் ஆகாது.' காலம் வந்தது. அவர் போய்விட்டார். அவர் சாவுக்கும் உங்களுக்கும் சம்பந்தமே கிடையாது' என்றார்.

நாவுக்கரசன் இறந்தது சண்முகத்துக்கும் எனக்கும் மட்டுமே தெரியும். பார்வதியம்மாள் பத்து அங்குலம் சரிகை வைத்த மாதுளம்பழ கலர் பட்டுப் புடவை அணிந்திருந்தார். நாலுவடம் சங்கிலி, வைர அட்டிகை, காசுமாலை, தங்க வளையல், முத்து தோடு என சகல அலங்காரங்களுக்கும் குறைவில்லை. அவர் பக்கத்திலே உட்கார்ந்திருந்த அவர் மகன் தர்ப்பை அணிந்து தலைப்பா தரித்து கையிலே கும்பத்தைப் பெற்றுக்கொண்டான். நானும் சண்முகமும் தூரத்தில் நின்று பார்த்தோம். கும்பாபிஷேகம் ஆரம்பித்துவிட்டது.

❏

இங்கே நிறுத்தக்கூடாது

ஒரு நாள் எப்படித் தொடங்கி எப்படி முடியவேண்டும் என்பதைத் தீர்மானிப்பது அவர் மனைவிதான். 1983ல் கனடா வந்தபோதும் அவர் மனைவிதான் முடிவுகளை எடுத்தார். இப்போது 2010லும் அவர்தான் எடுப்பார். அன்றைய நாளை நினைத்தபோது கொஞ்சம் நடுக்கம் எடுத்தது. அவருடைய பெயர் பரமேஸ்வரன். அதைச் சுருக்கி பரமேஸ் என்றார் இப்பொழுது பரம் எனத் தன்னை அழைக்கிறார். மனைவி இன்னும் சுருக்கி அது 'பர்' என ஆகிவிட்டது. அதிகாலையிலேயே 'பர்' என அழைத்தபோது அன்றைய நாள் சரியாகப் போகாது என்று பட்டது.

தயங்கியபடியே சொன்னார். என்னுடைய கார் பாட்டரி போய் விட்டது. கார் திருத்துபவர் புது பாட்டரியோடு வந்து சில நிமிடங்களில் மாற்றிவிடுவார். இன்று மட்டும் உம்முடைய காரை எடுக்கிறேன். அவசர வேலை என்று நீர்தான் சொன்னீரே.' 'அய்யோ என்னுடைய காரா? அது புதுக்கார் அல்லவா? கவனமாக ஓட்டுங்கோ' என்று சொன்னபபடி கார் சாவியை ஒரு பொன் திறப்பைத் தருவது போல தந்தார். 'நான் சொன்ன கலர் ஞாபகம் இருக்கிறதுதானே. நல்ல திறம் பெயிண்டரை பிடித்து அடியுங்கோ. புதுக்கடை மக்களை கவர்ந்து இழுக்கவேண்டும்.'

பழைய மருந்துக் கடையை மூடிவிட்டு புது மருந்துக்கடையைத் தயார் பண்ண வேண்டும். என்ன என்ன செய்யவேண்டும் என மனைவி ஒரு நோட்டுப் புத்தகத்தில் நேற்றே எழுதி வைத்திருந்தார். ஆக எளிமையான வேலைகள் அவருக்குத் தரப்பட்டிருந்தன. பழைய மருந்துக்கடையில் உட்காரவே இடமில்லை. பலவிதமான பல அளவு பெட்டிகளில் சாமான்கள் கட்டி வைக்கப்பட்டிருந்தன. நாளைக்கு அவை பெரிய கனரக வண்டிகளில் புதுக் கடைக்கு மாற்றப்படும். வர்ணம் பூசுபவனை ஒன்பது மணிக்கு பரமேஸ்வரன் வரச்சொல்லியிருந்தார். அவன் வருவதற்கு பத்து நிமிடம் இருந்தது. ஒரு பெட்டியில் உட்கார்ந்துகொண்டு காலை உணவு பக்கட்டைத் திறந்த சமயம் 'ஐயா' என்று குரல் கேட்டது. புதுப் பெயிண்டர் ஆக இருக்

கும். எட்டிப் பார்த்தவர் திகைத்துப் போனார். அவருடைய நண்பர் நடத்தும் பராமரிப்பு கம்பனியில்தான் சொல்லியிருந்தார். வழக்கமான பெயிண்டர் இல்லை. இவன் ஒரே எலும்பாக இருந்தான். இவனைப் புதிய கடைக்கு அழைத்துப்போய் வேலையை ஆரம்பிக்க வேண்டும். அவரிலும் பார்க்க ஓர் அடி கூடிய உயரமானதினாலே வாசல்படியை வளைந்து கடந்தான். முக்கோணங்களினால் ஆன உடம்பு. முதல் பார்வையிலேயே அவனை அவருக்குப் பிடிக்கவில்லை. அவருடைய மனைவி என்றால் அவனை உடனேயே திருப்பி அனுப்பியிருப்பார். ரோட்டிலே படுத்துத் தூங்கி எழுந்து வந்தவன் போல காணப்பட்டான். கரிய நிறம். புழுதிபடிந்த சுருண்ட தலைமுடி. இனியில்லை என்ற அழுக்கு உடை. அவன் கிட்ட வரும்போது அவனுடன் சேர்ந்து ஒரு நாற்றமும் வந்தது. பிரச்சினைகளை உண்டாக்கத்தான் அவருக்குத் தெரியும்; தீர்க்கத் தெரியாது. மனைவியிடம் ஆலோசனை கேட்கலாம் என நினைத்தார். ஆனால் அவன் வெகு சமீபமாக வந்துவிட்டான். பெட்டியில் உட்கார்ந்தபடி காலை உணவுப் பார்சலை திறந்துவிட்டார். ஏதாவது பேச வேண்டுமே என்று ஒரு பேச்சுக்கு 'சாப்பிடுவாயா?' என்றார். அவன் சரி என்று தயங்காமல் சொன்னதுமே ஒரு பேப்பரிலே ஒரு ரொட்டியை வைத்துக் கொடுத்தார்.

அவர் பெட்டிமேல் உட்கார்ந்தபடியே சாப்பிட, அவன் நின்ற படியே சாப்பிட்டான். இது என்ன ரொட்டி ஐயா புதிதாக இருக்கிறதே. அவர் சொன்னார் 'எல்லா ரொட்டியும் வட்டமாக இருக்கும். இது சதுர ரொட்டி, எங்கள் நாட்டு ரொட்டி.' அவன் ரொட்டியை இழுத்து இழுத்து பிய்த்து ரசித்து சாப்பிட்டு, கையை தன் உடுப்பிலேயே துடைத்துக் கொண்டான். இத்தனை வேகமாக ஒருவர் ரொட்டி சாப்பிட்டதை அப்போதுதான் பரமேஸ்வரன் பார்த்தார். அவன் இரண்டு நாட்களாக சாப்பிடாதது அவருக்கு தெரியாது.

பெயர் என்ன என்று கேட்டார். மூசா என்றான். பூச்சு வேலை செய்திருக்கிறாயா? நல்லாய்ச் செய்வேன், ஐயா. பல வருடங்களாக வேலை செய்கிறேன். பெரிய பெரிய கட்டிடங்களில் எல்லாம் சாரம் கட்டி ஏறி நின்று பெயிண்ட் வேலை பார்த்திருக்கிறேன். பரமேஸ்வரனின் மூளையில் இன்னொரு பிரச்சினை ஓடியது. இவனை எப்படி மனைவியின் காரில் அழைத்துச் செல்வது. மனைவி பலநாள் திட்டமிட்டு அவருடைய சிறுவயது லட்சியத்தை நிறைவேற்ற 250,000 டொலர் காசு கொடுத்து வாங்கிய புது பெண்ட்லி கார். மனைவி அவரிடம் சாவியைக் கொடுக்கும்போதே உயிரைக் கேட்டதுபோல தயங்கினார்.

என்ன செய்யலாம் என்று யோசித்தபடியே எழுந்தார். மருந்துகள் சுற்றி வந்த பிளாஸ்டிக் விரிப்புகளை காரின் பின்சீட்டில்

விரித்தார். சரி புறப்படலாம் என்றார். அவனுடைய நீண்ட முகத்தில் வாய் திறந்து பற்கள் வெள்ளையாகப் பளிச்சிட்டன. எலும்புகள் சத்தமிட அவன் மூட்டையைத் தூக்கிக்கொண்டு ஓடி வந்தான். 'மூட்டையில் என்ன?' 'பூச்சுவேலை செய்யும்போது அணியும் ஊத்தை உடுப்பு. அல்லாவிட்டால் நல்ல உடுப்பு கெட்டுப்போய் விடும்.' பரமேஸ்வரனுக்கு அதிர்ச்சியில் வார்த்தை எழவில்லை. அவன் ஏற்கனவே அணிந்திருக்கும் உடையிலும் பார்க்க மோசமான உடுப்பு இருக்கிறதா? அந்த உடுப்பைப் பார்க்கவாவது அவனை கூட்டிப் போகவேண்டும். 'என் மனைவியின் புதுக்கார்' என்று சொல்லிக் கதவைத் திறந்து பிடித்தார். அவன் காருக்குள் ஏறி அமர்ந்து பக்கவாட்டிலோ பின்சீட்டிலோ உடம்பு படாமல் ஒடுங்கி உட்கார்ந்து கொண்டு தன் மூட்டையைப் பக்குவமாக மடியில் வைத்தான். அவரே கதவைச் சாத்திவிட்டு காரை எடுத்தார்.

அவர் மனைவி வாங்கிய புது மருந்துக்கடை 40 மைல் தூரத்தில் இருந்தது. பழைய மருந்துக்கடையிலும் பார்க்க நாலு மடங்கு பெரிதானது. 24 மணிநேரமும் திறந்திருக்கும். பல வேலைக்காரர்களையும், உதவியாளர்களையும் தேர்வு செய்தாகிவிட்டது. சாமான்களைப் புதிய கடைக்கு மாற்றுவதும், பூச்சு வேலையை மேற்பார்வை செய்வதும்தான் அவருக்கு கொடுக்கப்பட்ட வேலை. மீதி எல்லாவற்றையும் அவருடைய மனைவியே பார்த்துக்கொள்வார்.

கண்ணாடி வழியாக பின்னால் பார்த்தார். இரண்டு பக்கமும் வேகமாக ஓடும் கார்களை மாறி மாறி கழுத்தைத் திருப்பித் திருப்பி மூசா பார்த்துக்கொண்டே இருந்தான். பரமேஸ்வரனுக்கு மகிழ்ச்சி பொங்கியது. புதுக் கார் ரோட்டிலே ஓடுவது போலவே இல்லை. ரோட்டில் இருந்து ஓர் இஞ்சு மிதப்பது போல அத்தனை சுகமாக இருந்தது. மனைவி சொன்னது ஞாபகத்துக்கு வந்தது. 'இந்தக் காரை ஒருமுறை ஓட்டினால் அதற்கு பிறகு வேறு ஒரு கார் ஓட்டவே முடியாது.' 'மூசா, உனக்கு எந்த நாடு?' 'ருவாண்டா.' 'எப்பொழுது கனடாவுக்கு வந்தாய்?' '1997.' 'ஓ, நீ குடிபெயர்ந்து 13 வருடங்கள் ஆகிவிட்டனவா? நேற்று கனடாவின் கவர்னர் ஜெனரல் மிசேல் ஜீன் மன்னிப்பு கேட்டாரே! செய்தி பார்த்தாயா?' 'ருவாண்டாவில் கொடிய இன ஒழிப்பு நடந்தபோது கனடா ஒன்றுமே செய்யவில்லை. அதற்காக கவர்னர் ஜெனரல் இப்பொழுது மன்னிப்பு கேட்டார். என்ன பிரயோசனம்? கனடா மட்டுமல்ல, ஒருநாடும் கவனிக்கவில்லை. 100 நாட்களில் 8 லட்சம் டுட்சிகள் கொல்லப்பட்டனர். 11 லட்சமாக இருந்த டுட்சிகளின் எண்ணிக்கை, 3 லட்சமாகக் குறைக்கப்பட்டது. இத்தனை வேகமாக உலகத்தில் ஓர் இனம் அழிக்கப்படவே இல்லை என்று சொல்கிறார்கள்.'

‘உன்னுடைய குடும்பம் எங்கே?’ ‘என்னுடைய மூன்று அண்ணன்மார்களும் கொல்லப்பட்டார்கள். அம்மாவும் தங்கையும் என்ன ஆனார்களோ தெரியாது. பல மாதங்களாகத் தேடினேன். இரவில்தான் தேடுவேன். பகலில் காட்டுக்குள் ஒளிந்திருந்தேன். எனக்கு 19 வயது. நாலு இளைஞர்கள் கிவூ வாவியை நீந்திக் கடப்பதென்று முடிவு செய்தார்கள். நானும் புறப்பட்டேன். 12 மணிநேரம் நீந்தினேன். என்னுடன் வந்தவர்கள் ஒவ்வொருவராக சோர்ந்துபோய் என் கண்முன்னால் இறந்துபோனார்கள். என்னால் ஒன்றுமே செய்ய முடியவில்லை. நல்லவேளையாக மீன்பிடி படகு ஒன்று என்னைக் காப்பாற்றி கொங்கோ நாட்டைச் சேர்ந்தேன். அங்கேயிருந்து கனடாவுக்கு குடிபெயர்ந்தேன்.’ ‘அங்கிருந்து எப்பொழுது குடிபெயர்ந்தாய்?’ ‘நான் கொங்கோவுக்கு போனது 1995ல். அங்கேயிருந்து 1997ல் புறப்பட்டு அதே வருடம் கனடாவுக்கு வந்து சேர்ந்தேன். நான் அங்கே போனபோது கொங்கோவின் பெயர் சயீர். நான் புறப்பட்டபோது கொங்கோ என மாறிவிட்டது. அடுத்த கேள்வியாக எப்படி வந்தாய் என்று அவர் கேட்கவில்லை. அதற்கு பதில் தெரிந்ததுதான். கள்ள பாஸ்போர்ட்டில் வந்திருப்பான். கப்பலில் வந்திருப்பான். கனரக வண்டிகளில் ஒளித்து பயணித் திருப்பான். ‘உன் அப்பாவைப் பற்றி ஒன்றுமே சொல்லவில்லையே.’ ‘அவர் விவசாயி, ஆனால் வீட்டுக்கு ஒன்றுமே கொண்டுவரவில்லை. சூதாடி தொலைத்துவிடுவார். எத்தனையோ பேர் அறிவுரை சொன் னார்கள். அவர் சொல்வார், ‘சூதாட்டத்தில் ஒருவிதக் கேடும் இல்லை, அதுவும் விவசாயமும் ஒன்று என விவாதிப்பார். விவசாயத்தில் விளைவதை சிலவேளை மழை அழித்துவிடும். சில வேளை வெய்யில் அழித்துவிடும். அதுவும் ஒருவித சூதாட்டம்தானே’ என்பார்.

‘ஹூட்டுக்கள் டுட்சிகளைக் கொன்றார்கள் அல்லவா? இரண் டும் வெவ்வேறு மதமா?’

‘இல்லையே, ஒரே மதம்தான்.’

‘வெவ்வேறு மொழியா?’

‘இல்லை ஒரே மொழிதான்.’

‘அப்ப என்ன பிரச்சினை?’

‘வேறு ஒன்றும் இல்லை. ஹூட்டுக்களுக்கு டுட்சிகளைப் பிடிக்காது. ஒரு காலத்தில் சில டுட்சிகள் தங்கள் அடையாள அட்டையில் ஹூட்டு என்று பதிந்தார்கள். சில ஹூட்டுகள் அடையாள அட்டையில் டுட்சி எனப் பதிந்தார்கள். அப்படி ஒற்றுமையா இருந்த இனம்தான்.’

சிறிது நேரம் பேச்சு ஒன்றுமில்லை. பழைய நினைவுகள் அவனை அலைக்கழித்துவிட்டன எனப் பட்டது. நெடுநேரம் ஆழ்ந்து

யோசித்தான். 'ஐயா, என்னை மன்னிக்க வேண்டும். நான் பராமரிப்பு கம்பனியைச் சேர்ந்தவன் அல்ல. ஒரு நண்பன் சொல்லி இந்த வேலைக்கு வந்திருக்கிறேன். என்னுடைய அகதிக் கோரிக்கை நிராகரிக்கப்பட்டு விட்டது. மேன்முறையீடும் தோல்வி. என்னை நாடு கடத்த போலீஸ் தேடுகிறது. என் பசியைப் போக்க இந்த வேலை தேவை. மன்னித்து விடுங்கள்.'

பரமேஸ்வரனுக்குத் திடுக்கென்றது. ஆழ்ந்து யோசித்தார். போலிசாரால் தேடப்படும் ஒருவனுக்கு அடைக்கலம் கொடுத்தால் அவரும் மாட்டிவிடுவார். மனைவிக்கு சொன்னால் இன்னும் பெரிய பிரச்சினையாகிவிடும். சிறிது நேரம் ஒன்றுமே பேசாமல் காரை ஓட்டினார். அவர் ஒன்றுமே செய்யவில்லை. கார் தானாகவே வழுக்கிக்கொண்டு ஓடியது. திடீரென்று அவர் மூளை பிரகாசித்தது. அவருக்கே ஆச்சரியம். 'நீதான் டொட்சியாச்சே. உனக்கு என்ன பிரச்சினை? உயிரைக் கையில் பிடித்துக்கொண்டு வாவியை நீந்திக் கடந்தவன் அல்லவா? உன் மேன்முறையீட்டை எப்படி நிராகரித் தார்கள்?' 'பெரிய தவறு நடந்துவிட்டது ஐயா. என்னுடைய அடை யாள அட்டையில் ஹூட்டு எனப் பதிந்திருந்ததை அகதி நீதிபதி கண்டுபிடித்துவிட்டார்.'

மனைவியிடம் சொன்னால் பிரச்சினை இன்னும் பெரிசாகி விடும். அவரே முடிவு எடுப்பதென்று தீர்மானித்தார். மூளையிலே யோசனை தோன்றியது. அவருக்குப் பெரும் திருப்தி அளித்த யோசனை. தன்னால் இப்படி யோசிக்க முடிந்ததையிட்டு அவருக்கே பெருமையாக இருந்தது. இப்படிச் சொல்லலாம் என நினைத்தார். 'என் மனைவியுடன் ஆலோசித்திவிட்டு உன்னை மறுபடியும் அழைக்கிறேன். இதோ இரண்டு நாளுக்கான முழுச் சம்பளம்.' ஒரு முறை வாய்க்குள் அந்த வசன அமைப்பை சொல்லிப் பார்த்தார். அதுதான் சரியென்று தோன்றியது.

திடீரென்று பின் சீட்டிலிருந்து கர்முர் என்ற சத்தம் எழுந்தது. அவரால் மூசாவினுடைய முகத்தைப் பார்க்க முடியவில்லை. அது சரிந்து சீட்டின் பின்னால் மறைந்து கிடந்தது. 'என்ன, என்ன? மூசா என்ன?' பதில் இல்லை. விலங்கின் உறுமல் சத்தம் பின்னால் எழுந்தது. கடமுடா என்று பற்கள் கடிபடும் சத்தம். மூசா கதவை உதைத்தான். பின்னர் வளைந்து காலால் கூரையில் ஓர் உதை விட்டான். உடல் முறுகி எழுவதும் விழுவதுமாக இருந்தது. கால்கள் தொடர்ந்து உதைத்தாலும் நெடுஞ்சாலையில் கார் வேகம் குறையாமல் ஓடியது. அவருக்கு ஓரளவு விளங்கியது. மூசாவுக்கு வலிப்பு வந்து துடித்துக்கொண்டிருக்கிறான். நாக்கு தொண்டையில் உள்ளே போனால் இறந்துவிடுவான். அவருக்கு நடுக்கம் பிடித்தது. ஆம்புலன்ஸை அழைக்க முடிவு செய்தார். நெடுஞ்சாலையில்

ஓடியபடியே அழைப்பதால் என்ன பிரயோசனம். முதலில் நெடுஞ்சாலையில் இருந்து வெளியேறி காரை நிறுத்துவோம் என நினைத்தார். கைகள் நடுங்கத் தொடங்கின. வெளியேறும் வீதி வர இரண்டு நிமிடம் ஆனது. நெடுஞ்சாலையை விட்டு வெளியே காரை வேகமாக எடுத்து நிறுத்திவிட்டு காரிலே உள்ள டெலிபோனில் அவசர உதவியை அழைக்கத் தொடங்கியபோது பின்னாலிருந்து ஐயா என்ற குரல் கேட்டது. 'ஐயா, இது ஒன்றும் பயப்படும்படியான விசயமல்ல. சாதாரண வலிப்புதான். சிலவேளைகளில் வரும். வந்தது போலவே போய்விடும்.' 'ஆம்புலன்ஸ் வேண்டாம் என்றால் சரி. ஆஸ்பத்திரிக்குப் போவோம்.' ஐயா எனக்கு இது அடிக்கடி வருவது தான். ஆஸ்பத்திரிக்கு போனால் என்னை நேரே விமானத்தில் ஏற்றி நாடுகடத்தி விடுவார்கள்.'

அது உண்மைதான். பரமேஸ்வரனுக்கு பயம் பிடித்தது. கதவைத் திறந்து பின்சீட்டைப் பார்த்தார். அவனுடையை வாந்திக்கு மேல் அவன் உட்கார்ந்திருந்தான். மணம் குமட்டிக்கொண்டு வந்தது. அவன் அணிந்திருந்த உடுப்பிலும் வாந்தி சிந்தியிருந்தது. இடது பக்க கதவு நெளிந்துபோய் விட்டது. கார் கூரையில் மூசாவின் வலது கால் அடையாளம் கறுப்பாக ஆழமாகப் பதிந்துபோய் கிடந்தது. பரமேஸ்வரனுக்கு வேகமாகச் சிந்தித்து பழக்கமில்லை.

மனைவியை அழைப்போமா என்று மறுபடியும் யோசித்த படியே ஒரு கோப்பிக் கடையைத் தேடினார். மனைவி சொன்னது ஞாபகம் வந்து அவருக்கு சிரிப்பை வரவழைத்தது. ஏப்ரல் மாதம் வந்துவிட்டது. பனிக்காலத்தில் அடைந்து கிடந்த புறாக்கூட்டம் வெளியே வந்து கூட்டம் கூட்டமாக தின்றுவிட்டு எச்சமிடும். காரை நிறுத்தும்போது பார்த்து நிறுத்துங்கள். மின்விளக்கு கம்பத்திற்கு கீழே நிறுத்த வேண்டாம். மேலே பார்த்தார். விளக்கு கம்பம் இல்லை. புறாக்கூட்டமும் தென்படவில்லை. காரை அவசரமாக நிறுத்திவிட்டு கோப்பி கடைக்குள் நுழைந்தார். யோசிக்க ஓர் இடமும், கொஞ்ச நேரமும் அவசரத் தேவையாக இருந்தது. 'மூசா, நீ கழிவறைக்குச் சென்று முகத்தைக் கழுவி உடையைச் சுத்தம் செய்து விட்டு வா. நான் இரண்டு கோப்பிக்கு ஆணை கொடுக்கி றேன்.' பரமேஸ்வரனால் முடிவுக்கு வர முடியவில்லை. 'ஐயா, ஒன்றுக்கும் யோசிக்க வேண்டாம். என்னால் ஒரு பிரச்சினையும் வராது. பூச்சு வேலைக்கு ஐந்து நாள் எடுக்கும். நான் ஒருநாள் வேலைக்கு கூலி வாங்கமாட்டேன்' என பெருந்தன்மையாகச் சொன்னான். சரி மனைவியிடம் சொல்லிவிட வேண்டும் என தீர்மானித்தார். இப்படியான பெரிய பிரச்சினைகளை அவருடைய மனைவிக்குத்தான் தீர்த்து பழக்கம். சட்டவிரோதமாகத் தங்கி இருப்பவனுடன் தொடர்பு வைத்தால் போலீஸ் அவர்களையும்

சந்தேகப்படும். விசாரணைக்கு அலைய நேரிடும். புது மருந்துக் கடையை திறக்கமுடியாமல் போய்விடும்.

இருவரும் கடுதாசிக் குவளையில் கோப்பியை காவிக்கொண்டு வெளியே வந்தார்கள். காரைக் காணவில்லை. கார் நிறுத்திய வெறும் சதுரம்தான் இருந்தது. 'இங்கே நிறுத்தக்கூடாது என்று ஓர் அறிவிப்பு பலகை மாத்திரம் காணப்பட்டது. மேலே பார்த்தாரே ஒழிய பலகையைப் பார்க்கவில்லை. சிகரெட்டை பல்லினால் கடித்தபடி நின்ற ஒருவன் 'நகரசபை ஆட்கள் இப்பதான் காரை இழுத்துப் போனார்கள்' என்றான். செல்போனில் நகராட்சி அலுவலரின் தொலைபேசி எண்ணைக் கண்டுபிடித்து அவருடன் பேசினார். பேசியவர் குரல் குதூகலமாக இருந்தது. ஒருவருடைய அழிவில் இன்னொருவருக்கு எத்தனை மகிழ்ச்சி. அவர் சொன்ன இடத்துக்கு வாடகைக் காரில் புறப்பட்டார்கள். அபகரித்த கார்களை நிறுத்தி யிருந்த இடத்தில் ஏறக்குறைய இருபது கார்கள் தங்கள் தங்கள் உடைமையாளர்களுக்குக் காத்துக்கொண்டிருந்தன. ஒரு பெண் கூண்டுக்குள்ளே தொலைபேசி முன்னால் உட்கார்ந்திருந்தாள். அழகு முடிந்துபோன பெண். இவர்கள் ஒன்றுமே கேட்கவில்லை. அவளாகவே கையினால் ஒருவரைக் காட்டினாள். பரமேஸ்வர னுடைய மனைவியின் breeze blue கார் அத்தனை கார்களிலும் பளபளத்துக் கொண்டு நின்றது தெரிந்தது. அவரிடம் கார் நம்பரைச் சொல்லி தண்டப் பணம் எத்தனை என்றார். கம்புயூட்டரில் விவரங்களை அடித்துவிட்டு அந்த அலுவலர் நிமிர்ந்து பார்த்து வாய் கூசாமல் 320 டொலர் என்று இளித்துக்கொண்டே கூறினார். பரமேஸ்வரனிடமிருந்து தோல்விச் சிரிப்பு ஒன்று வெளிப்பட்டது. பற்றுச்சீட்டைத் தரும்போது 'நாங்கள் தூக்கி வந்த முதல் பெண்ட்லி கார்' என்றார் எதையோ சாதித்தது போல.

கார் நெடுஞ்சாலையில் ஏறியதும் மூசாவிடம் பேச்சுக் கொடுத் தார். 'உனக்கு ஒரே நாளில் இரண்டுதரம் வலிப்பு வருமா?' 'வராது ஐயா.' 'வலிப்பு வரமுன்னர் ஏதாவது அறிகுறி தெரியுமா?' 'அப்படி இல்லை, ஐயா. என்னுடைய அம்மா சொல்லுவார் எந்த ஒரு மாதத்தில் இரண்டு பௌர்ணமி வருகிறதோ அந்த மாதத்தில் எனக்கு வலிப்பு வரும் என்று. மார்ச் மாதம் இரண்டு பௌர்ணமி வந்தது. வலிப்பு வரும் என்று எதிர்பார்த்தேன். வரவில்லை. கொஞ்சம் தள்ளி இப்ப ஏப்ரலில் வந்திருக்கிறது. உங்களுக்கு பயமாயிருக்கிறதா?' 'இல்லை, அப்படி ஒன்றுமில்லை' என்றார் பரமேஸ்வரன்.

இனிமேல் போய் வர்ணம் வாங்கவேண்டும். மனைவி ஒலிவ் பச்சை என்று வர்ணித்தார். அது என்ன ஒலிவ் பச்சை? சரியான வர்ணத்தை வாங்காவிட்டால் அது வேறு பெரும் பிரச்சினை ஆகிவிடும். ஐயா என்ற சத்தம் பின்னாலிருந்து எழுந்தது. 'ஐயா,

இங்கே நிறுத்தக்கூடாது ❖ 55

காரை ஒரு பெட்ரோல் ஸ்டேசனில் நிறுத்துங்கள். அங்கே கார் கழுவும் மெசின் காரின் வெளிப்புறத்தைக் கழுவட்டும். நான் காரின் உள்பகுதியைச் சுத்தமாகக் கழுவிவிடுவேன். புதுக்கார் போலவே இருக்கும். ஒருவரும் கண்டு பிடிக்க முடியாது. உங்கள் மனைவி காரில் எவ்வளவு பற்று வைத்திருக்கிறார் என்பது எனக்கு தெரியும்.' 'நன்றி, உனக்கு பசிக்கிறதா?' 'இது என்ன கேள்வி ஐயா? பசிதான் என் இயற்கை நிலை.' 'என்ன சாப்பிட விருப்பம்?' 'சதுர ரொட்டி கிடைத்தால் நல்லாயிருக்கும்.' 'சதுர ரொட்டியா?' 'ஆமாம் ஐயா. ஒரு ரொட்டியை இழுத்து இழுத்து இரண்டு ரொட்டி சைசாக மாற்றிவிடலாம்.' அவருக்கு மறுபடியும் சிரிப்பு வந்தது.

முதலில் காரைக் கழுவி, பின்னர் நாலு ரொட்டியை வாங்கிக் கொடுத்து, இரண்டு நாள் சம்பளப் பணத்தையும் தந்து ஆளை அனுப்பிவிடலாம். மனைவிக்கு எதைச் சொல்வது, எதை மறைப்பது என்பதை அவர் பின்னர் முடிவு செய்யலாம். அவருடைய மூளையின் எல்லை வரை யோசித்துவிட்டார். ரோட்டிலே கார்கள் குவிந்துவிட்டன. மணி மூன்றை நெருங்கிக்கொண்டிருந்தது. முதலில் வந்த பெட்ரோல் தரிப்பிடத்துக்குள் காரை திருப்பினார். கண்ணாடி யில் பின்னால் பார்த்தால் ஆளைக்காணவில்லை. நெஞ்சம் பதை பதைத்தது. கார் எஞ்சின் ஓடிக்கொண்டிருக்க, அவசரமாக இறங்கி பின் கதவைத் திறந்து பார்த்தார். மூசாவின் வாய் சற்று திறந்திருந்தது. வாயிலிருந்து நூல்போல நீர் இறங்கித் தொடையைத் தொட்டுக் கொண்டு நின்றது. ஒருவிதமான சத்தத்துடன் மூச்சு ஏறி இறங்கியது.

காரைக் கழுவி புதிது போல ஆக்கித் தருவதாக உறுதி அளித்த வன், ஒரு ரொட்டியை இழுத்து இழுத்து இரண்டு மடங்காகச் செய்யப்போவதாகச் சொன்னவன், பன்னிரெண்டு மணிநேரம் கிவு வாவியை நீந்திக் கடந்தவன், ஏறக்குறைய 5000 டொலர் கார் சேதத்தை ஈடுசெய்ய ஒருநாள் சம்பளத்தை இலவசமாகத் தருவதாக வாக்குக் கொடுத்தவன், எப்பொழுது போலீஸ் பிடித்தாலும் நாடு கடத்தப்படக் கூடியவன் தன்னை மறந்து ஒரு குழந்தைபோல உறங்கிக்கொண்டிருந்தான்.

❑

பிரதாப முதலியார்.ச

அன்று அவனைச் சந்தித்திருக்காவிட்டால் இது நடந்திருக்காது. காலையில் கொக்குவில் ரயில் ஸ்டேசனுக்கு வந்திருந்தான். வயது 12 இருக்கும். ஏதோ பெரிய ஆள்போல இவன் முன்னுக்கு நடந்துவர, பின்னால் தள்ளுவண்டியில் ஒரு மூட்டையைத் தள்ளிக்கொண்டு ஒருவன் வந்தான். இவன்தான் சொந்தக்காரன்போல இருந்தது. ஸ்டேசன் மாஸ்டர் கொடுத்த படிவத்தைப் பெற்று அதை ஆங்கிலத்தில் ஒருவித பிரச்சினையும் இல்லாமல் நிரப்பினான். பலநாள் இதைச் செய்தவன்போல காணப்பட்டான். இரண்டுதரம் என்னைத் திரும்பிப் பார்த்துச் சிரித்தான். நானும் சிரித்தேன். 'இவன் எந்தப் பள்ளிக்கூடத்தில் படிக்கிறான்? என்னிலும் இரண்டு வகுப்பு கூடப் படிக்கலாம். நான் சந்தித்ததே இல்லை.'

50 வருடத்துக்கு முந்திய கதை இது. கொக்குவில் ஒரு சின்னக் கிராமம். ஆனாலும் அதிர்ஷ்டவசமாக அந்தக் கிராமத்தில் ரயில் ஸ்டேசன் இருந்தது. கொழும்பில் இருந்து வரும் ரயில் நிற்கும். சனங்கள் இறங்குவார்கள். திரும்பிக் கொழும்புக்கு போகும்போது ஏறுவார்கள். சுற்றிலும் உள்ள கிராமங்களில் இருந்தெல்லாம் சனங்கள் வருவார்கள். கொழும்புக்கு போவதென்றால் எங்கள் ஊருக்கு வந்துதான் ஆகவேண்டும். எத்தனை பெருமை எங்களுக்கு.

எங்கள் வீடு பக்கத்தில்தான் இருந்தது. ரயில் கூவும் சத்தம் கேட்டால் நான் மூச்சைப் பிடித்துக்கொண்டு ஓடுவேன். ரயில் ஸ்டேசனுக்கு வருவதற்கிடையில் நான் அங்கே போய்ச் சேர்ந்து விடுவேன். ரயிலைப் பார்ப்பதும், கைகாட்டி மரம் விழுவதும், ரயில் கேட் மூடுவதும், ஸ்டேசன் மாஸ்டர் பச்சைக்கொடியைக் காட்டியதும் ரயில் கொஞ்சம் பின்னால் நகர்ந்து புறப்பட்டு வேகமெடுப்பதும் பார்க்க எனக்கு அலுக்கவே மாட்டாது. ஒரு மலைப்பாம்பைப் பார்ப்பதுபோல, ஒரு யானையைப் பார்ப்பதுபோல, ரயிலைப் பார்த்துக்கொண்டே இருக்கலாம். அது இல்லாவிட்டால் கூட முடிவைக் கண்டுபிடிக்க முடியாத தண்டவாளம் இருக்கிறது.

அவனுடைய பெயர் தவராசன் என்று சொன்னான். பக்கத்தில் உள்ள தாவடிதான் அவன் ஊர். என்ன வகுப்பு, எந்தப் பள்ளிக்

கூடம் என ஒன்றுமே அவன் சொல்லவில்லை. காதுக்குள்ளே சதுர மான ஐந்து சதக் குற்றியை சொருகியிருந்தான், பெரிய ஆளைப் போல. ரயில் பற்றி சகல விசயமும் அவனுக்குத் தெரிந்திருந்தது. நிறுத்தாமல் பேசினான். நான் ஏதோ சொல்லத் தொடங்கியபோது இரண்டு கைகளையும் தோள் அளவுக்குத் தூக்கினான், யாரோ எனக்குப் பின்னால் நின்று துப்பாக்கியை நீட்டியதுபோல. ‘என்னுடைய தாத்தா, வெள்ளைக்கார எஞ்சினியர் தண்டவாளம் போட்டதைப் பார்த்திருக்கிறார். இந்த ரயிலை இங்கிலாந்தில் செய்கிறார்கள். நிலக்கரியும் அங்கேயிருந்துதான் வருகிறது. தண்ணீர் மாத்திரம் எங்களுடையது. எனக்கு அது புகை விடுவதும், கூவுவதும், சத்தமிடுவதும் பிடிக்கும். டீசல் ரயில் வரப் போகிறது என்று சொல் கிறார்கள். அதிலே புகையும் வராது. சத்தமும் கேட்காது. ரயில் போலவே இருக்காது.’ அவன் பேசிக்கொண்டே போனான். என்னு டைய பெயரை மட்டுமே கேட்டான். நான் என்ன வகுப்பு, எங்கே படிக்கிறேன் என்ற தகவல் அவனுக்கு முக்கியமே இல்லை.

அவன்தான் சூரியன் ஒரு நட்சத்திரம் என்ற தகவலை எனக்குச் சொன்னான். பூமிக்குச் சமீபமாக இருக்கிறது. அதுதான் பெரிதாகத் தெரிகிறது. நாங்கள் பார்க்கும் நட்சத்திரங்கள் சூரியனிலும் பார்க்க பல மடங்கு பெரியவை. அவை இருக்கும் தூரமும் அப்படித்தான். சில நட்சத்திரங்களின் ஒளி பூமிக்கு இன்னும் வந்து சேரவில்லை என்றான்.

‘இதை எப்படி நம்புவது?’

‘நாகப்பாம்பு இரவிலே ரத்தினக்கல்லை கக்கிவிட்டு அந்த ஒளியிலே இரை தேடும் என்று யாராவது சொன்னால் நீ உடனே நம்புவாய். ஏனென்றால் பொய் பல்லக்கில் வரும்; உண்மை தெருக்கூட்டும்.’

‘தெருக்கூட்டுமா?’

‘60 வருட சுழற்சியில் வருடங்கள் வரும். ஏன் தெரியுமா? பூமி, வியாழன், சனிக்கிரகங்களை தொடுத்தால் கிடைக்கும் முக்கோணம் அறுபது வருடங்களுக்கு ஒருமுறை அதே வடிவத்தில் வருகிறது.’

‘உனக்கு எல்லாமே தெரிகிறது. நிறையப் புத்தகம் படிப்பாயா?’ என்று கேட்டேன்.

‘ஓ, அவ்வப்போது படிப்பதுண்டு. வீடு முழுக்க புத்தகங்கள்தான்’ என்றான்.

அவன் சொன்னதைக் கேட்ட அதிர்ச்சி வீடு வந்த பிறகும் என்னை விட்டுப் போகவில்லை. என்னுடைய வீட்டிலே பாடப் புத்தகங்கள் மட்டும்தான் இருக்கும். வேறு நாவல்களோ கதைப் புத்தகங்களோ வாரப் பத்திரிகைகளோ கிடையாது. அவற்றை இரவல் வாங்கிப் படிக்கவும் முடியாது. ஐயா, ‘நாவல் உன்னைக் கெடுத்து

விடும். பாடப் புத்தகத்தை படி' என்பார். அம்மா அப்படியில்லை. அவர் என் பக்கம் என்று எனக்குத் தெரியும். இரவல் வாரப் பத்திரிகைகள் கிடைத்தால் ஒளித்து வைத்து ஐயா இல்லாத நேரங் களில் வாசித்துத் தள்ளுவேன். ஆனால் ஒரு நாவல்கூடப் படித்தது கிடையாது.

மூன்று நாட்கள் முன்பு ஒரு புதன்கிழமை மறுபடியும் தவ ராசனை ஸ்டேசனில் சந்தித்தேன். நிறையப் புத்தகங்கள் தன் வீட்டில் இருக்கிறது என்று அவன் சொன்னதை என்னால் நம்ப முடிய வில்லை. எங்கள் ஊரில் ஒரு மட்டை கிழிந்த நாவல் யாரிடமாவது கிடைத்தால் அது ஊர் முழுக்கச் சுற்றியபடியே இருக்கும். அம்மா விடம் அவனைப் பற்றி சொன்னபோது அவன் புளுகுகிறான் என்று அம்மா தீர்மானமாகச் சொன்னார்.

'உன் வீட்டில் என்ன என்ன புத்தகங்கள் இருக்கின்றன?' என்று அவனைச் சோதிப்பதற்காகக் கேட்டேன். அவனுக்கு அது பிடிக்க வில்லை. 'சொன்னேனே, எல்லாமே இருக்கிறது. ஆரணி குப்புசாமி முதலியார், வடுவூர் துரைசாமி அய்யங்கார், வை.மு.கோதைநாயகி. சகலதும் வீட்டிலே கிடக்கு. ஆசிரியர்கள்தான் வித்தியாசமே ஒழிய எல்லாமே ஒரேமாதிரி கதைகள்தான். திகம்பர சாமியார், ராதாரமணி, இரத்தினபுரி ரகஸ்யம். ஒன்று படித்தால் போதும். இவற்றையெல்லாம் வாசித்தால் மூளை வளராமல் நின்றுவிடும்.

'அவ்வளவு மோசமா?'

'உன் உடம்பிலே ஓடும் ரத்தம் வெளியேவரத் துடிக்கிறது தெரி யுமா உனக்கு? கையை வெட்டினால் ரத்தம் பாய்ந்து வெளியேறும். செய்து பார்த்தால்தான் சில உண்மை தெரியவரும். புத்தகத்தைப் படித்துப் பார். உனக்குப் புரியும்.'

'உன் வீட்டிலே இரவல் தருவார்களா?' என்றேன். எப்படியாவது ஒரு நாவலைப் படித்துவிடவேண்டும். என் இருதயம் பெரிய சத்தத்துடன் அடிக்கத் தொடங்கியது. அவனிடமிருந்து வரும் பதில் என் வாழ்க்கையையே மாற்றிவிடும். கையினால் நெஞ்சை அழுத்திப் பிடித்தேன். அவன் சொன்ன புத்தகங்களை எல்லாம் கேள்விப்பட்டி ருக்கிறேன். என்னைப் போன்றவர்களுக்கு அவை தவம் செய்தால் மட்டுமே கிடைக்கும். அம்மா வேறு சொல்லிவிட்டார் இவன் புளுகு கிறான் என்று. ஆனாலும் அவனை நம்பவேண்டும் என்று பட்டது.

'வேறு யாரிடம் கேட்கவேண்டும்? எப்பொழுது வேண்டுமா னாலும் வா. புத்தகம் என்ன வேலையா செய்கிறது? நீ பாக்குவெட்டி இரவல் கேட்டால் நான் கொடுக்கமாட்டேன். அது வேலை செய் கிறது. நீ அரிவாள் இரவல் கேட்டால் கொடுக்க மாட்டேன். அது வேலை செய்கிறது. நீ என் வீட்டு குடத்தைக் கேட்டால் கொடுக்க மாட்டேன். அது வேலை செய்கிறது. புத்தகம் என்ன வேலை செய் கிறது? சும்மாதானே இடத்தை அடைத்துக் கொண்டு கிடக்கிறது.

நீ வந்து எடுத்துப் போ.' அப்பொழுது அவன் தவராசன் போலவே இல்லை. தேவதூதன் போலவே தெரிந்தான்.

தாவடி பக்கத்து ஊர்தான். ஆனால் நான் தனியாகப் போனதில்லை. ஐயா என்னைக் கூட்டிக்கொண்டு போகமாட்டார். அம்மா விடம் சொன்னபோது அவரும் நம்பவில்லை. அதிகமாய் பேசுகிறவன் உண்மை சொல்ல மாட்டான். இவனை நம்பி நீ எப்படித் தனியாகப் போகலாம் என்று என் பயத்தைக் கூட்டினார். எனக்கு அவன் அப்படி ஒன்றும் பொய் சொல்கிறான் என்று படவில்லை.

அடுத்த முறை சந்தித்தபோது அவன் கேட்டான். 'நீ வரவே இல்லை.' 'நீதான் சொன்னாயே புத்தகம் படித்தால் மூளை வளராது என்று. பள்ளிக்கூடத்தில் நீ புத்தகம் படிப்பதில்லையா?'

'பள்ளிக்கூடமா? நான் அங்கே ஏன் போறேன்? என்னுடைய பெயரில் ஐந்து எழுத்துக்கள். அதை எழுத எவ்வளவு நேரம் பிடிக்கும்? பேனாவில் மை முடிந்துவிடுமா? தலைமையாசிரியர் என் பெயரை எழுதவில்லை. நானும் பள்ளிக்கூடத்துக்குப் போவதை நிறுத்திவிட்டேன்.'

'நான் தாவடிக்கு ஒரு முறையும் வந்தது கிடையாது. தனிய வரப் பயமாயிருக்கு' என்றேன். அவன் வயிற்றைப் பிடித்துக்கொண்டு குனிந்து சிரித்தான். 'தாவடி என்ன பக்கத்து நாடா? நீ படகிலே கடலை கடக்கப் போகிறாயா? அல்லது காட்டிலே வழிகண்டு பிடிக்கச் சொல்கிறேனா? ஒருவேளை பாலைவனத்தில் வழிதவறி விடும் என்று யோசிக்கிறாயா? நீ எப்படி தொலைந்துபோவாய். வழி தவறினாலும்கூட பரவாயில்லை. தவராசன் வீடு என்று சொல்லு. காட்டுவார்கள்' என்றான்.

'நீ உன் வீட்டிலே இருக்கும் புத்தகங்களை எல்லாம் படித்திருக்கிறாயா?' என்று கேட்டேன். 'நான்தான் சொன்னேனே. ஒன்று படித்தால் மற்றவை எல்லாம் படித்தது போலத்தான். உண்மையைச் சொன்னால் எனக்குப் புத்தகங்கள் மேல் வெறுப்பு உண்டு. அவை மனிதனுக்கு உதவி செய்வதில்லை. கேடு செய்கின்றன. ஏன் தெரியுமா? புத்தகம் படிக்கும் ஒருவன் தான் சிந்திப்பதை நிறுத்தி விடுகிறான். சொந்தமாகச் சிந்திப்பதை புத்தகங்கள் ஊக்குவிப்பதில்லை. திகம்பர சாமியாரைப் படிப்பதால் நீ உன் வாழ்க்கைக்கு வேண்டிய ஏதாவது ஒன்றைக் கற்றுக் கொள்கிறாயா? இரத்தினபுரி ரகஸ்யத்தை கண்டுபிடிப்பதால் உனக்கு என்ன பயன்? அதை வைத்து என்ன செய்வாய்?'

'என்னுடைய ஐயா ஆயிரக்கணக்கான புத்தகங்களைப் படித்தார். விளக்கை கொளுத்திவைத்து இரவு ஒரு மணி, இரண்டு மணி மட்டும் படிப்பார். அடுத்தநாள் டவுனுக்கு மறுபடியும் போய் புத்தகங்கள் வாங்கி வருவார். அம்மாவுக்குப் பிடிக்காது. வீட்டிலே

சமையலுக்குச் சாமான்கள் இல்லை. ஐயா புத்தக மூட்டையோடு வந்து இறங்குவார். சண்டை தொடங்கும். அப்படியும் அவர் நிறுத்த வில்லை. பைத்தியமாகவே இருந்தார். சில வேளைகளில் புத்தகங் களுக்குத் தட்டுப்பாடு இருக்கும். அப்பொழுது இந்தியாவுக்குப் போய் புத்தகங்கள் வாங்கி வருவார்.

'இந்தியாவுக்கா? எப்படிப் போவார்? காசுக்கு என்ன செய்வார்?'

'கள்ளத்தோணிதான். பெரியகடையில் கொண்டுபோய் காசைத் தந்தால், தினகரன் பேப்பரில் மூன்றாவது பக்கம் ஏதோ கிறுக்கித் தருவார்கள். அதை இந்தியாவுக்கு கொண்டுபோய் கொடுத்தால் அங்கே இந்தியக் காசுகிடைக்கும். எல்லாம் மட்டை கிழிந்த பழைய புத்தகங்களாக வாங்கி வருவார். எதற்காக பழைய புத்தகங்கள் என்று அம்மா கேட்டால் அதே காசுக்கு இரண்டு மடங்கு வாங்கலாம் என்பார். அம்மாவுக்கோ, எனக்கோ ஒன்றுமே வாங்கி வந்ததில்லை. அத்தனை புத்தகப் பைத்தியம்.'

'இரவு பகலாக புத்தகம் படிப்பவர் பெரிய அறிவாளியாக இருக்க வேண்டுமே?'

'புத்தகத்துக்கும் அறிவுக்கும் என்ன சம்பந்தம்? ஒருநாள் எங்கள் வீட்டுக் கதவு கைப்பிடி கழன்று விழுந்துவிட்டது. நாங்கள் வீட்டுக் குள்ளே இருந்ததால் வெளியே போகமுடியவில்லை. கைப்பிடியை எடுத்து மறுபடியும் பூட்டினால்தான் கதவை திறக்க முடியும். ஐயா வெளியேதான் இருந்தார். அவருக்கு ஒரு ஸ்குரூவை பூட்டத் தெரிய வில்லை. இரண்டு நிமிட வேலை. இத்தனை புத்தகம் படித்ததுதான் மிச்சம். கடைசியில் பக்கத்து வீட்டுக்காரர் வந்து கதவைத் திறந்து எங்களை விடுவித்தார்.'

'நாவல் படிக்கக்கூடாது என்கிறாயா? அதில் சுவாரஸ்யம் இல்லையா?'

'நீ ஏன் அவசரப்படுகிறாய்? சாப்பிட முன்னர் விரல் சூப்பக் கூடாது. முதலில் படி. பிறகு நீயே உணர்ந்துகொள்வாய். புத்தகப் படிப்பு முக்கியமில்லை. வாழ்க்கையைக் கற்றுக் கொள்வதுதான் முக்கியம். சிந்திக்கப் பழகுவதை வகுப்பில் பாடமாக வைக்க வேண்டும். இங்கிலாந்திலே மிகப்பெரிய கப்பல் ஒன்றைக் கட்டி னார்கள். செல்வந்தர்கள் போட்டி போட்டுக்கொண்டு பணம் போட் டார்கள். பிரம்மாண்டமான கப்பல் என்றபடியால் அத்தனை லாபம் கிடைக்கும். ஆயிரம் பேர் பல மாதங்களாக உழைத்தனர். 4000 பேர் அதில் பயணம் செய்யலாம். கட்டி முடித்த பின்னர்தான் கப்பலை எப்படிக் கடலுக்குள் கொண்டு போவதென்று தெரிய வில்லை. ஒரு வருடமாக முயன்றும் முடியவில்லை. அத்தனை புத்தகங்களைக் கரைத்துக்குடித்து கப்பலைக் கட்டிய எஞ்சினியர் அதை எப்படிக் கடலுக்குக் கொண்டு போகவேண்டும் என்பதை சிந்திக்க மறந்து

விட்டார். கப்பல் சொந்தக்காரர்கள் அதை உடைத்து இரும்பாக விற்றுவிடுவது என்று முடிவு செய்தார்கள். அந்த இரவு எஞ்சினியர் தூங்கவில்லை. இதே யோசனையாக இருந்தார். அதிகாலை ஆட்களின் ஆரவாரம் கேட்டு கதவைத் திறந்தபோது கப்பல் கடலில் மிதந்தது. இரவு கடல் பொங்கியதில் தண்ணீர் பெருகி கப்பலை கொண்டுபோய்விட்டது. புத்தகப் படிப்பு மட்டும் போதாது என்பதைத்தான் சொல்கிறேன்.'

'சரி சரி, நீ இப்போது சொன்னதுகூட எங்கேயோ படித்தது தானே. அது எப்படிக் குற்றமாக முடியும்?'

'ராதாமணி நாவலை படிக்க 20 மணி நேரம் எடுக்கும். அதே கதையை நான் உனக்கு ஒரு மணி நேரத்தில் சொல்ல முடியும். அப்படியானால் 19 மணி நேரம் லாபம்தானே. படித்துத் தெரிந்து கொள்வதிலும் பார்க்க கேட்டுத் தெரிந்து கொள்வது உத்தமம். நான் கப்பல் கதையைக் கேட்டுத்தான் தெரிந்துகொண்டேன்.'

தவராசனைப் பார்த்தேன். 12 வயதுப் பையன்போலவே அவன் இல்லை. பெரிய மனிதர் தோரணையில் பேசினான். இத்தனை அவன் சொன்னாலும் அவனிடம் புத்தகம் இரவல் வாங்கிப் படிக்க வேண்டும் என்ற ஆவலை என்னால் கட்டுப்படுத்த முடியவில்லை. அம்மாவிடம் சொன்னேன். அவர் 'சரி, நாளைக்குப் போய்ப்பார். நீ ஏன் அதற்காக குழம்பவேண்டும். பயப்படாமல் போ' என்றார். அதிகாலை எழுந்து புறப்பட்டேன். அத்தனை தூரத்தை நான் தனி யாளாகக் கடந்ததில்லை. பாதி தூரம் நடந்து வந்தும் ஒருவரையும் காணவில்லை. ஒரு மனிதர் பெரிய பனை மரக்குத்தி ஒன்றை தலை யிலே சுமந்துகொண்டு நடந்தார். அவரிடம் வழி கேட்டால் அவர் முழுத் தலையையும் என் பக்கம் திருப்பவேண்டும். இரட்டைக் குதிரை பூட்டிய சாரட் வண்டி ஒன்று சலுங் சலுங் என்று என்னை நோக்கி ஓடிவந்தது. வேலி ஓரத்தில் நிற்க அது என்னைத் தாண்டிப் போனது. முதலியார் வீட்டுக்குப் போகிறது போலும். கன்றுக்குட்டி ஒன்றைக் கயிற்றிலே கட்டி இழுத்துப் போன மனுசியிடம் 'தவராசன் வீடு' என்றேன். அவர் ஒரு நிமிடம்கூட தாமதிக்காமல் வீட்டைக் காட்டினார்.

வீட்டுக்கு முன்னால் நின்று 'வீட்டுக்காரர், வீட்டுக்காரர்' என்று கத்தினேன். ஒரு சத்தமும் இல்லை. 'தவராசன்' என்று கத்தினேன். கதவு படாரென்று திறந்தது. துணிவைத்து முடியைக் கட்டியிருந்த மெலிந்துபோன ஒரு பெண் நின்றார். யன்னல்களுக்கு எதிரியான ஒருவர் கட்டிய வீடு. பாதி வெய்யிலிலும் பாதி இருட்டிலும் இருந்தது. ஆர்மோனியப் பெட்டிக்கு முன்னால் இரண்டு சிறுமிகள் உட்கார்ந்திருந்தனர். பாட்டுச் சொல்லிக்கொடுக்கிறார் என்று ஊகித்தேன். தவராசன் என்றேன். 'ஓ, நீதான் புத்தகம் இரவல் வாங்க வந்தனியா? அவன் இல்லை. வா வா உள்ளே' என்றார்.

அப்படியொரு காட்சிக்கு என்னைத் தயார் படுத்தவில்லை. கூரையிலே இருந்து தரை மட்டும் நீண்ட நீண்ட புத்தகத் தட்டுகள் இருந்தன. அவற்றிலே நிரையாக புத்தகங்கள் அடுக்கியிருந்தன. சில புத்தகங்கள் தரையில் சிதறிக் கிடந்தன. முதுகு உயரமான நாற்காலி ஒன்றின்மேலே 20, 30 புத்தகங்கள் கிடந்தன. நான் எங்கே தொடங்குவது என்று தெரியாமல் மிரள மிரளப் பார்த்தேன். 'தம்பி ஆறுதலாகப் பார்த்து புத்தகத்தை எடுத்துக் காட்டிவிட்டுப் போ' என்றார். நான் பல புத்தகங்களைத் தொட்டுத் தூக்கிப் பார்த்தேன். பலத்த யோசனைகளுக்குப் பிறகு 'பிரதாப' என்று தொடங்கும் புத்தகத்தை அவரிடம் காட்டிவிட்டு எடுத்துச் சென்றேன்.

இரண்டு நாட்கள் ரகஸ்யமாக அதைப் படித்து முடித்தேன். அம்மா பக்கத்திலே படுத்துக் கதையை கேட்க, முழுக்கதையையும் சொன்னேன். இரண்டு நாள் படித்ததை இரண்டு மணிநேரத்தில் சொல்லிமுடித்தேன். எனக்கு எவ்வளவு தெரியுமோ, அவ்வளவு இப்ப அம்மாவுக்கும் தெரிந்தது. 'அண்டகடாகமும் சிரித்தது' என்றும், 'தேகவியோகமானார்' என்றும் நான் சொன்னபோது அம்மா மெல்லிய புன்னகை செய்தார். ஆண்வேடமிட்டு ஞானாம்பாள் விக்கிரமபுரியை ஆண்டதை விவரித்தபோது நானே ஒரு மன்னன் ஆகிவிட்டேன். 'அம்மைபோட்ட ஞானாம்பாள் கடைசியில் தப்பினாளா?' என்று அம்மா கேட்டார். எனக்கும் தெரியவில்லை. அட்டையும், கடைசியில் சில பக்கங்களும் கிழிந்துவிட்டன. நானே இட்டுக்கட்டி ஒரு முடிவைச் சொன்னேன்.

ஒரு வாரம் சென்ற பிறகு தவராசனை ஸ்டேசனில் சந்தித்தேன். பழுதான ஒரு புன்னகை தந்து என்னை வரவேற்றான். புத்தகத்தை திருப்பிக் கொடுத்தேன். 'இதுவா?' என்றான். 'உன்னுடைய அம்மாவுக்குக் காட்டிவிட்டுத்தான் எடுத்தேன்.' ஐயா படித்த கடைசி நாவல் இது. விளக்கு மட்டும் அணையாமல் எரிந்தது. பாதி படித்தபடி காலையில் இறந்துபோய் கிடந்தார்' என்றான். 'இதுதான் நான் படித்த முதல் நாவல்' என்றேன். பிறகு ஏன் அப்படிச் சொன்னேன் என்று திகைத்துப் பேசாமல் அவன் காதிலே சொருகிய ஐந்து சதக் குற்றியை உற்றுப் பார்த்தவாறே நின்றேன். பெட்டிகளில் என்ன கொழும்புக்கு அனுப்புகிறான் என்று கேட்டபோது 'புத்தகங்கள்தான். ஐயா இறந்த பிறகு அதுதான் எங்களுடைய வருமானம்' என்றான்.

பல வருடங்களுக்குப் பிறகு அதே புத்தகத்தைக் காசு கொடுத்து வாங்கிப் படித்தேன். அம்மாவுக்காக நான் இட்டுக்கட்டிய முடிவு மிகத் திறமாகத்தான் இருந்தது. 50 வருடங்களாகப் புத்தகத்தின் தலைப்பைத்தான் நான் வேறு என்னவோ என்று நினைத்திருந்தேன்.

❑

ஒரு மணி நேரம் முன்பு

உன்னைக் கண்டதும் கடைக்காரன் மேல் உதட்டை மடித்து நாய் போல பற்களைக் காட்டினான். உறுமுவதுபோல என்ன வேண்டுமென்று கேட்டான். 'ஐந்து சதத்துக்கு உப்பு' என்று நீ சொன்னாய். உன் கையில் காசு இல்லை என்பது அவனுக்குத் தெரியும். 'உன் அம்மாவிடம் 12 ரூபாய் 30 சதம் அவ தரவேண்டும் என்று சொல்' என்றான். நீ மேலும் கொஞ்ச நேரம் நின்றாய். அவன் உன்னை 'ஓடு ஓடு' என்று விரட்டினான்.

நீ திரும்பியபோது உன் அம்மா உடுத்து தயாராக இருந்தார். கல்யாண வீடுகளுக்குப் போகும்போது அணியும் சிவப்பு மஞ்சள் சேலை. கீழே கரை கொஞ்சம் தேய்ந்துபோய் கிடந்தது. கண்களிலே கறுப்புக் கோடு வரைந்திருந்தார். ஒரு கைப்பைகூட காணப்பட்டது. தலை வாரி இழுத்து முடிந்து சினிமாக்களில் வருவதுபோல வட்டமான ஒரு கொண்டை. கல்வீட்டுக்காரர் மகள் கல்யாணத் துக்கு ஒருமுறை இப்படி உடுத்திப் போயிருக்கிறார். ஆனால் கைப்பை அப் போது இல்லை. உன்னுடைய பள்ளிக்கூட விழாவுக்கும் இதையே அணிந்தார். நீ மேடையில் பரிசு வாங்கக்கூடும் என்று நினைத்து ஆடையணிந்து வந்திருந்தார்.

நீ அம்மாவிடம் என்ன உடுப்பு அணியலாம் என்று ஆலோ சனை கேட்டாய். பள்ளிக்கு தினம் அணியும் கறுப்பு கால்சட்டையா அல்லது வெளியே போகும்போது அணியும் நீலமா? உன் அம்மா நீலத்தை தெரிவு செய்தார். வெள்ளை சேர்ட்டை அணிந்து கொண் டாய். அம்மா தலையை வாரிவிட சீப்பை எடுத்தார். நீ மறுத்தாய். வலோத்காரமாக உன் கன்னங்களை அழுத்திப் பிடித்து வாரி விட்டார். கண்ணாடியில் உன் முகம் மோசமாகத் தெரிந்தது. நீ ஒன்றும் பேசவில்லை. உப்பில்லாத கஞ்சியை அவசரமாகக் குடித் தாய்.

அம்மா சாப்பிடவில்லை. தரையிலே உட்கார்ந்து உன் சான்றி தழ்கள், பரீட்சை முடிவுத் தாள்கள் பத்திரிகைத் துணுக்குகள் எல்லா வற்றையும் சரிபார்த்தார். பின்னர் தேதி வாரியாகப் பிரித்து ஓர்

ஒழுங்கில் அவற்றை அடுக்கினார். கடைசியாக தலைமையாசிரியர் எழுதிய கடிதத்தை உறையில் இருந்து வெளியே எடுத்து முதல் முறை வாசிப்பவர்போல உன்னிப்பாகப் படித்தார். பின்னர் உறையிலே இட்டு எல்லாவற்றையும் ஒரு பிளாஸ்டிக் பையில் அடைத்தார். சிறிது நேரம் கழித்து இடமும் வலமும் திரும்பிப் பார்த்தார். பின்னர் பிளாஸ்டிக் பையில் இருந்து எல்லாப் பேப்பர்களையும் வெளியே எடுத்து இன்னொரு முறை சரிபார்த்த பின் மறுபடியும் அவற்றைப் பையினுள் நுழைத்து கையில் தூக்கிக் கொண்டார்.

'புறப்படு, புறப்படு' என்று அவசரப்படுத்தினார். நீ எப்பவோ தயாராகி வாசலில் நின்றாய். வாசலில் எட்டி சகுனம் பார் என்றார். பார்த்துவிட்டுத் தலையாட்டினாய். அவர் வெளியே வந்து கண்ணைக் கூசிக்கொண்டு சூரியனை நிமிர்ந்து பார்த்தார். கதவை இழுத்து மூடி பூட்டி சாவியை கைப்பையை திறந்து வைத்தார். 'சரி போ' என்றார். உனக்குச் சிரிப்பு வந்தது. இதுதான் முதல் தடவை உன் அம்மா சாவியை கைப்பையில் வைப்பது. நீ முன்னே நடக்க அவர் பின்னே தொடர்ந்தார்.

பஸ் வருவதற்குப் பத்து நிமிடம் பிடித்தது. உன் அம்மா பிளாஸ்டிக் பையை நெஞ்சோடு அணைத்துப் பிடித்தபடி நின்றார். பஸ் வந்ததும் ஏறி அம்மா இடது பக்க இருக்கையில் அமர்ந்து கொண்டு உன்னையும் பக்கத்தில் இருக்கச் சொன்னார். 45 நிமிடம் எடுக்கும் என்று நடத்துனர் நீ கேட்டதற்குப் பதில் சொன்னார். உன் அம்மா பரபரவென்று பிளாஸ்டிக் பையை இன்னொரு முறை திறந்து தலைமையாசிரியருடைய கடிதத்தை உறையிலிருந்து வெளியே எடுத்துப் படித்தார். பின்னர் மறுபடியும் உறையிலிட்டு பிளாஸ்டிக் பையில் இருந்த இடத்தில் வைத்துவிட்டு பையை மடியில் வைத்து இரண்டு நிமிடம் அமைதியாக இருந்தார். திடீரென்று ஏதோ யோசித்துப் படபடப்புடன் எழுந்து மணியை அடித்து பஸ்ஸை நிற்பாட்டினார். நீ ஏதும் புரியாமல் அவர் பின்னால் இறங்கினாய். அவர் விறுவிறென்று மறு பக்கம் வீதியைக் கடந்து எதிர் பக்கம் போகும் பஸ்ஸில் ஏறினார். நீ ஒன்றுமே பேசாமல் பதுங்கியபடி அவர் பின்னால் நடந்தாய்.

சாவியைச் சேலை முடிச்சில் தேடினார். பின் ஞாபகம் வந்து கைப்பையைத் திறந்து சாவியை எடுத்து வீட்டுப் பூட்டைத் திறந்து உள்ளே போய் அவசரமாக எதையோ தேடினார். நீ எட்டு வயதில் வரைந்து பரிசு பெற்ற ஓவியத்தை எடுத்து அதையும் பிளாஸ்டிக் பையில் வைத்தார். 'பார்த்தாயா மறந்துவிட்டேன்' என்று உன்னைப் பார்த்து சிரித்தார். உனக்குப் பெருமூச்சு விடத் தோன்றியது. மறு படியும் பஸ் எடுத்துப் பயணம் செய்தபோது அம்மா நடத்துனரிடம் 'லோரன்ஸ் சந்தி', 'லோரன்ஸ் சந்தி' என்று கத்திக்கொண்டே வந்தார்.

அவன் எரிச்சலுடன் திரும்பிப் பார்த்தான், பதில் சொல்லவில்லை. அம்மா மடியிலே பிளாஸ்டிக் பையை வைத்து அதன் கைப்பிடியில் கையை நுழைத்து பிடித்துக்கொண்டே பயணம் செய்தார்.

லோரன்ஸ் தரிப்பில் அம்மா இறங்கி எதிரில் வருகிறவர்களிட மெல்லாம் வழிகேட்டு, வழிகேட்டு நடந்தார். அவர் தேடிய இடம் வந்ததும் திகைத்துப்போய் நின்றார். உனக்கு மூச்சு நின்றுவிட்டது. அம்மா மேலும் இரண்டு பேரிடம் விசாரித்தபோது அவர்களும் அதுதான் கட்டடம் என்பதை உறுதி செய்தனர். கட்டடம் ஒரு குன்றின் மேல் நின்றது. தூரத்தில் நின்று பார்த்தபோது அது வெய்யிலில் சற்று நெளிந்தது. முகிலுக்குள் மறைவதும் வெளியே வருவதுமாக இருந்தது. அத்தனை பிரம்மாண்டத்தை நீ பார்த்தது கிடையாது. அம்மா தயங்கி தயங்கி முன்னேறினார். உனக்குத் திகைப்பு அதிகமாகிக்கொண்டு வந்தது. உன் வயது மாணவர்கள் மடிப்புக் கலையாத சீருடைகளில் காட்சியளித்தனர். பளபளக்கும் காலணிகளை நீ எதிர்பார்க்கவில்லை. உன் இருதயம் கீழே போகத் தொடங்கியது. உனக்கு திரும்பி ஓடிவிடலாம் என்று பட்டது.

அவசரமாக நேரே பார்த்தபடி நடந்த சிலர் கழுத்தில் கட்டித் தொங்கிய அட்டைகளில் அவர்கள் படம் இருந்து. பெயரும் காணப் பட்டது. அவர்கள் கெட்ட அதிகாரம் கொண்டவர்கள். உன் அம்மா அவர்களைத் தவிர்த்து வேலைக்காரர்களிடம் வழி விசாரித்தார். பச்சைப் புல்தரையை உன் அம்மாவும் நீயும் கடக்க முற்பட்டபோது தோட்டக்காரன் ஓடிவந்து விரட்டினான். சிவப்புக் கால் புறாக்கள் புல்தரையில் துள்ளித் துள்ளி பறந்தன. அவற்றை அவன் விரட்ட வில்லை.

உன்னைக் கடந்த மாணவர்கள் பார்க்க மிடுக்காக இருந்தனர். ஆனால் சாதுவான முகத் தோற்றம். கிராமத்தில் உன்னுடைய வகுப்பர்கள் முரடர்கள். பிணக்குகளை அடிபிடிபட்டுத்தான் தீர்ப்பார்கள். உன்னுடைய புத்தகத்தை அடிக்கடி பறித்து எறியும் வகுப்பு முரடன் புள்ளிகள் போட்ட முகத்துடன் இருப்பான். ஒரேயோர் அடியில் உன் உடம்பு எலும்புகளை முறித்துவிடப் போவதாக பயமுறுத்தியிருக்கிறான். செய்யக்கூடியவன். வாத்தியார் பார்க்காத நேரங்களில் உன் காதைத் திருகியபடி சொல்வான் ‘எந்த நேரமும் படிக்காதே. உன் மூளை வளர்ந்து மண்டையை உடைத்து வெளியே வந்துவிடும்.’ அவனுடையதுபோல சேதமடைந்த முரட்டு முகம் ஒன்றைக்கூட நீ இங்கே காணவில்லை.

நடைபாதை முடிவில்லாமல் நீண்டுகொண்டே போனது. உன் உருவம் கீழே உன்னுடன் நடந்தது. வாழ்நாளில் இப்படியான பெரிய கட்டடத்தையும், பெரிய பெரிய தூண்களையும், வழுக்கிவிடும் போன்ற நீளமான நடைபாதையையும் நீ பார்த்ததே கிடையாது.

‘அதிபர்’ என்று எழுதிய அறை வாசலில் உன் அம்மா நின்றதும் நீயும் நின்றாய். அங்கே பலர் நின்றார்கள். சிலர் இருந்தார்கள். அம்மா நாற்காலியின் நுனியில் அமர்ந்து நிலத்தைப் பார்த்தார். அவர் உதடுகள் மெல்ல அசைந்தன.

சூரியகாந்தி நிற ஆடை அணிந்த ஒரு சிறுமி குளுகுளுவென்று காலுக்கு மேல் கால்போட்டு உட்கார்ந்திருந்தாள். சாப்பிடுவதிலும் பார்க்க அதிகமான உணவை அவள் பிளேட்டில் மிச்சம் விடுவாள் என்று உனக்குத் தோன்றியது. பக்கத்தில் ஒப்பனை செய்த முகத் துடன் ஒரு பெண் அமர்ந்திருந்தார். தாயாராக இருக்கலாம். தாயுடன் அந்தச் சிறுமி ஆங்கிலத்தில் பேசியது அதிர்ச்சியாக இருந்தது. பின்னர் பயம் பிடித்தது. சொக்கலட் வெய்யிலில் உருகு வதுபோல மினுங்கிய உதடுகள் அவளுக்கு. அழகு என்றால் என்ன வென்று உனக்குப் புரிந்த நாள் அது. இன்னொருமுறை திரும்பிப் பார்க்கத் தோன்றினால் அது அழகு. ஒரு விநாடி உன்னை அவள் மேல் கண்களால் பார்த்தாள். பின்னர் தாயாரின் மேல் தலையைச் சாய்த்தாள்.

ஒவ்வொருவராக அறையின் உள்ளே போய் வந்தனர். அவர்கள் முறை வந்தபோது சேவகன் வந்து அழைத்துப் போனான். அம்மா தயக்கத்துடன் நுழைய நீ பின்னால் போனாய். அந்த அலுவலக அறை பிரம்மாண்டமானதாக இருந்தது. செம்பு நிறத் தரைவிரிப்பு; செம்பு நிறத் திரைச்சீலைகள். முழு அறையும் பொன்மயமான ஒளியில் நிறைந்து கிடந்தது. புத்தக அலமாரியில் ஒழுங்காக அடுக்கப்பட்ட புத்தகங்கள். அலமாரியின் மேலே பெரிய பரிசுக் கிண்ணம் ஒன்று காணப்பட்டது. ஆள் உயர மணிக்கூடு ஒன்றும், உலக உருண்டையும் மூலையில் நின்றன.

பளபளக்கும் நீள்மேசை. அதற்குப் பின்னால் வேலைப்பாடுகள் செய்த நாற்காலியில் உட்கார்ந்திருந்தவர் ஆங்கிலேயர்போல உடை தரித்திருந்தார். முன் நீட்டிய தாடை. புன் சிரிப்புடன் வரவேற்றார். அந்தச் சிரிப்புபோல நீயும் சிரிக்கப் பழகவேண்டும் என்று நினைத் தாய். அமரச் சொல்லியும் அமராமல் அம்மா நின்றார். நீயும் பக்கத் தில் நின்றாய். அம்மா பிளாஸ்டிக் பையைத் திறந்தபோது அது கீழே விழுந்துவிட்டது. அம்மா முழங்காலில் அமர்ந்து கையை நுழைத்து தலைமையாசிரியருடைய கடித உறையை எடுத்து உறையுடன் அப்படியே கொடுத்தார். அவர் அதைத் திறந்து மேலோட்டமாகப் பார்த்தார். நீ ஒரு காலை மாற்றி நின்றாய்.

பின்னர் அதே சிரிப்புடன் ‘நீங்கள் ஒரு மணிநேரம் முன்பு வந்திருக்கவேண்டுமே’ என்றார். அம்மா பிளாஸ்டிக் பையில் கொண்டுவந்த அத்தனை பேப்பர்களையும் அவர் மேசையில் குவித்தார். இதுதான் பரிசு வாங்கிய ஓவியம் என்று எட்டு வயதில்

வரைந்த ஓவியத்தைக் காட்டினார். அதிபர் ஒன்றையுமே பார்க்க வில்லை. 'குறிப்பிட்ட நேரத்துக்கு நீங்கள் வரவில்லை. உங்கள் இடத்தை இன்னொருவருக்கு கொடுத்துவிட்டோம்' என்றார். அவர் குரல் ரேடியோவில் ஒலிப்பதுபோல கரகரவென்று இருந்தது.

தலைமையாசிரியர் உன்னிடம் சொல்லிவிட்டது நினைவுக்கு வந்தது. 'மரியாதை இருக்க வேண்டும். ஆனால் தலை குனியாதே. குனிந்தால் உன் வாழ்க்கை உன்னைத் தாண்டிப் போய்விடும்.' கப்பல் மூழ்குவதுபோல உன் அம்மாவின் உயரம் குறைய ஆரம்பித்தது. அடுத்த கணம் முழங்காலில் விழுந்துவிடுவார் போல பட்டது. அம்மா மன்றாடியதை நீ பார்த்ததில்லை. உனக்கு அவமானமாக இருந்தது. நடுங்கும் ஒருகையை அவருடைய மற்றக் கை பிடித்து நிறுத்தியது. அவர் வார்த்தைகள் குளறல்களாக வந்தன. உயிர் எழுத்துக்கள் ஒன்றையொன்று சுற்றின. அம்மா இன்னும் தான் சொல்ல வந்ததை சொல்லி முடிக்கவில்லை.

எப்படி சேவகன் சரியான நேரம் உள்ளே வந்தான் என்று தெரியவில்லை. அவன் வந்து அம்மாவை அழைக்க அவர் தடுமாறிய படியே வெளியேறினார். நீ பின்னால் போனாய். அப்போதும் விடாமல் அம்மா திரும்பிப் பார்த்து 'தயவுசெய்து தலைமை யாசிரியருடைய கடிதத்தைப் படியுங்கள். அவன் மாகாணத்தில் முதலாவதாக வந்திருக்கிறான், அவன் மாகாணத்தில் முதலாவதாக வந்திருக்கிறான்' என்று கத்தினார். பாதிக் குரல் உள்ளேயும் பாதிக் குரல் வெளியேயும் கேட்டது.

அம்மா அப்படி அழுததை முன்பு ஒருமுறை நீ பார்த்திருக் கிறாய். உன் தங்கை ஆஸ்பத்திரியில் இறந்தபோது. அவளுக்கு பிராணவாயு கொடுத்தார்கள். வேறு பணக்காரன் ஒருவன் ஆஸ்பத்திரியில் சின்ன நோயுடன் வந்து அனுமதிக்கப்பட்டபோது அவளுடைய பிராண வாயு டியூபை பிடுங்கி அவருக்குக் கொடுத் தார்கள். அவர் பிழைத்தார். உன் தங்கை இறந்துவிட்டாள்.

அம்மா பஸ்சில் உன்னுடன் ஒன்றுமே பேசாமல் பயணம் செய்தார். பிளாஸ்டிக் பை கீழே சரிந்து கிடந்தது. ஓட்டுநர் டிக்கட் காசுக்காக வந்தார். அம்மா இருக்கிறதை பொறுக்கிக் கொடுத்தார். அவர் குறைகிறது என்றார். அம்மா கீழே பார்த்தபடியே இருந்தார். உனக்கு அவமானமாகப் போனது. சிறிது நேரத்தில் அவர் போய் விட்டார். நீ அம்மாவின் கைகளைத் தொட்டாய். அவை குளிர்ந்து போய் கிடந்தன. உனக்கு என்ன செய்யவேண்டும் என்று தெரிய வில்லை. நீயும் அழவேண்டுமா? அல்லது ஆறுதல் படுத்த வேண் டுமா? அம்மா கண்களில் பூசிய மை கரைந்து கன்னத்தில் ஒழுகியது.

இரண்டு முழங்கால்களையும் மடித்து உன் குதிக்கால்களின் மீது நீ உட்கார்ந்திருந்தாய். 12 மணி நேரம் நீ சாப்பிடவில்லை.

அழும் அறைக்குள் போன அம்மா இன்னும் வெளியே வரவில்லை. வெளியே மெல்லிய சத்தம் உனக்குக் கேட்டது. அழுவது போலவும் இருந்தது. சிரிப்பது போலவும் இருந்தது. நீ உட்கார்ந்திருந்த இடத்தில் இருந்து சமையல்கட்டைப் பார்த்தாய். காலையில் காய்ச்சிய கஞ்சி யின் மீதம்தான் கிடந்தது. வேறு ஒன்றுமே சமைப்பதுபோல அன்று தெரியவில்லை.

அம்மா கழுத்தை கையினால் அழுத்திக்கொண்டு வெளியே வந்தபோது அவர் கண்கள் சிவந்திருந்தன. முகம் வீங்கியிருந்தது. 'அம்மா, அந்தப் பள்ளிக்கூடத் தூண்களைப் பார்த்தீர்களா? நான் கட்டிப் பிடிக்கவே முடியாது என்றாய். அம்மா உன்னை ஆச்சரிய மாகப் பார்த்தார். 'அம்மா, அது டவுண் பிள்ளைகளுக்கு கட்டிய பள்ளிக்கூடம். அதைப் பார்க்கவே அருவருப்பாயிருக்கு. எனக்குப் பிடிக்கவில்லை' என்றாய். 'உனக்குத்தான் இடம் கிடைக்க வில்லையே.' 'அம்மா, பக்கத்துக் கிராமத்திலும் ஒரு பள்ளிக்கூடம் இருக்கிறதுதானே. அங்கே எவ்வளவு சொல்லித் தருவார்களோ அவ்வளவையும் நான் படிப்பேன். மாகாணத்தில் முதலாவதாக வருவேன்' என்று சொன்னாய். அம்மா ஒன்றுமே சொல்லாமல் புகை மணக்கும் கையினால் உன் முடியைக் கலைத்தார்.

நீ தின்று பசியை அடக்குவாய். இப்பொழுது பசி உன்னைத் தின்றது. சிறுவயதில் அம்மா உனக்குச் சோறு பிசைந்து ஊட்டுவார். கடைசி வாயை உருட்டிச் 'சாப்பிடு. எல்லாச் சத்தும் இதில்தான் இருக்கு' என்று கெஞ்சுவார். அது எல்லாம் உன் அப்பா ஓடிப்போக முன்னர். நீ அம்மாவை பசிப் பார்வை பார்த்தாய்.

'சரி, போய் உப்பு வாங்கி வா' என்றார். நீ அதிர்ச்சியில் நிமிர்ந்து உட்கார்ந்தாய். 'அவன் தர மாட்டான். உனக்குத் தெரியும்' என்று சொன்னாய். 'அது காலையில். இது மாலை. நீ போ' என்றார்.

நீ வெளியே வந்தாய். மிச்சம் இருந்த மாலை வெளிச்சம் சட் டென்று மறைந்தது. உன்னைக் கண்டதும் கடைக்காரன் மேல் உதட்டை மடித்து பல்லைக் காட்டி, நாய் உறுமுவதுபோல உறுமி னான். நீ பேசாமல் நின்றாய். 'என்ன?' என்றான். நீ பேசவில்லை. 'உப்பா?' அவனே கேட்டான். நீ தலையாட்டினாய். சிரித்தான். அவன் சிரிப்பிலே பற்கள் அதிகமாக இருந்தன. ஒரு கை நிறைய உப்பை அள்ளி உன்னிடம் நீட்டினான். காலைக்கும் மாலைக்கும் இடையில் அப்படி என்ன பெரிய வித்தியாசம்? நீ திகைத்துப்போய் நின்றாய்.

❑

எங்கேயோ இப்ப மூன்று மணி

நான் வரிசையில் மூன்றாவது ஆளாக நின்றேன். என் வாழ்க்கையை மாற்றப் போகும் தருணத்துக்கு இன்னும் சரியாக நாலு நிமிடங்கள் இருந்தன. சந்திரசேகரம் உள்ளே நுழைந்து விட்டதால் ஆபத்து இல்லை என்று பட்டது. கட்டுநாயக்கா விமான நிலையம் பரபரப்பாக இயங்கியது. எனக்கு முன் நிற்பவனின் பெயர் பத்மநாதன். எனக்குப் பின்னால் நிற்பவனின் பெயர் சுதாகரன். குடிவரவு அதிகாரியின் முகம் சிநேகமானதாகத்தான் தென்பட்டது. அடி வயிற்று நடுக்கத்தைக் குறைத்து சாவகாசமாக நிற்க எத்தனித்தேன். எங்களைக் காட்டிக் கொடுப்பதென்றால் அது சுதாகரனால்தான் நடக்கும். அவனுடைய கைவிரல்கள் நடுங்குவதை என் கடைக் கண்ணால் பார்க்க முடிந்தது.

2005ல் நான் போன முதல் பயணத்தில் இப்படியான பிரச்சினைகள் இல்லை. இரண்டு வருடங்களுக்குப் பிறகு மறுபடியும் இப்போது பயணம். அனுராதபுரம் எல்லாளன் படை நடவடிக்கைக்குப் பின்னர் விமான நிலையத்தில் கெடுபிடிகள் அதிகமாக்கப்பட்டிருந்தன. வழக்கமான கேள்விகள்தான். பிரேசில் நாட்டுக்குச் சென்று கப்பலில் சேரப் போவதாக ஏஜண்ட் சொல்லித் தந்த மாதிரியே சொன்னேன். அதிகாரி நம்பிவிட்டார். என் கடவுச் சீட்டில் எட்டாம் பக்கத்தில் கையில் வைத்திருந்த ஸ்டாம்பால் ஓங்கிக் குத்திவிட்டு கடவுச் சீட்டை என் பக்கம் தள்ளினார். நான் கடவுச்சீட்டை கையில் எடுத்த பின்னர் நன்றி என்று மெதுவாகச் சொல்லிவிட்டு நகர்ந்தேன். மூன்று பேர் இப்போ உள்ளுக்கு நுழைந்துவிட்டோம். சுதாகரன் ஒருவன்தான் மிச்சம். அவனும் தப்பிவிட்டால் கனடா நாடு என் வரவால் சிறப்படையும்.

அதிகாரி முன் நின்றபோது சுதாகரனுடைய முழு உடம்பும் தனித் தனி அங்கங்களாக மாறி நடுங்கின. அவனுடைய நெற்றிகூட நடுங்கியது எனக்கு ஆச்சரியமாக இருந்தது. கடவுச் சீட்டை கொடுத்தபோது அது தவறிக் கீழே விழுந்துவிட்டது. குனிந்து அதை எடுத்து உடம்பை நிமிர்த்தாமல் அப்படியே நீட்டினான். அதிகாரி

கடவுச்சீட்டு ஒற்றைகளை முன்னும் பின்னும் திருப்பியபடி எதிரில் நிற்பவனை நிமிர்ந்து பார்க்காமல் அசுவாரஸ்யமாக கேள்விகள் கேட்பதுபோல கேட்டார். சுதாகரன் அவர் கேட்காத கேள்வி களுக்குப் பதில் சொல்ல ஆரம்பித்தான். 'கப்பலில் சேருவதற்கு நீ என்ன கொண்டுபோகிறாய்?' என்றார் அதிகாரி. சுதாகரன் அதற்கு மாலுமி பயிற்சி சான்றிதழை எடுத்துக் காட்டியிருக்கவேண்டும். இவன் மாறாக '6000 டொலர்கள்' என்று கூறினான். 'நீ யாருடன் போகிறாய்?' என்று கேட்டபோது எங்கள் மூவரின் பெயர்களையும் சரியான உச்சரிப்புடன் கூறினான். எங்களைத் திருப்பி அழைத்து சோதனை செய்து மொத்தமாக 24,000 டொலர்களையும் கைப் பற்றினார்கள்.

தனி அறைக்கு அழைத்துச் சென்று எங்கள் ஆடைகளை நீக்கி சோதித்தார்கள். பின்பு பயணப்பெட்டிகளை பல பாகங்களாகப் பிரித்துப் பரிசோதனை செய்தார்கள். முடிவில் நாங்கள் புலிகள் என்றும், கப்பல் வாங்குவதற்காக 24,000 டொலர்கள் எடுத்துக் கொண்டு வெளிநாடு போகிறோம் என்றும் முடிவுக்கு வந்தார்கள். எந்த நாட்டில் 24,000 டொலர்களுக்கு ஒரு முழுக்கப்பல் வாங்கலாம் என்ற தகவலை அவர்கள் எங்களுக்குச் சொல்லவில்லை. கைகளில் விலங்கு மாட்டி எங்களை ஜீப்பில் அழைத்துச் சென்றார்கள். எங்களுக்கு மேலால் நாங்கள் போகவேண்டிய விமானம் பறந்து போனது.

எங்கே அழைத்துப் போகிறார்கள் என்று கேட்டேன். மற்றவர் கள் மூன்று பேருக்கும் சிங்களம் தெரியாது. நான் வங்கியில் வேலை செய்தபடியால் என்னால் ஓர் அளவுக்கு சிங்களம் பேசமுடியும். காவலன் என்னுடைய கேள்விக்கு 'மூன்றாம் மாடிக்கு' என்றான். எங்கள் நாடி ஒடுங்கியது. அது சித்திரவதைக் கூடம். 'பிறகு என்ன நடக்கும்?' என்றேன். 'உங்களைத் தீரவிசாரித்துவிட்டு பூசா சிறைக்கு அனுப்புவார்கள்' என்றான். அது பற்றி கேள்விப்பட்டிருக்கிறேன். தமிழ்ப் போராளிகளை அங்கேதான் அடைத்து வைப்பார்கள். அங்கே போய் திரும்பி வந்தவர்களை ஒருவரும் பார்த்ததில்லை. 'அதற்கு பின்னர் என்ன நடக்கும்?' என்று கேட்டேன். காவலனின் கறுத்த மேல் உதடு ஒரு பக்கமாக மேலே போனது. பின்னர் சிரித் தான். 'உடலைப் புதைப்பதா, எரிப்பதா என்று யோசிப்பார்கள்' என்றான். பிறகு நான் ஒன்றுமே பேசவில்லை.

* * *

இது எல்லாம் நடந்ததற்குக் காரணம் ஒரு தொலைபேசி அழைப்புத்தான். நான் ஏ.எல் சோதனை முடித்த பிறகு என் பாட்டுக்கு ஒரு வங்கியில் வேலை செய்துகொண்டிருந்தேன்.

என்னுடன் படித்தவர்கள் இயக்கத்தில் சேர்ந்தார்கள். அல்லது ஆட்டை விற்று, மாட்டை விற்று, நகைகளை விற்று வெளிநாடு போனார்கள். நான் அதைப் பற்றியெல்லாம் யோசிக்க முடியாது. அப்பாவுக்கு உடல் நலமில்லை. அம்மாவுக்குக் கண்பார்வை மங்கிக் கொண்டு வந்தது. பெற்றோருக்கு ஒரே மகன். எப்படி அவர்களை விட்டு வெளியேற முடியும்? ஒவ்வொரு மாலையும் நான் வீடு வந்த பிறகு வேலைக்காரி சமைத்து வைத்த உணவை அவர்களுக்குப் பரிமாறுவேன். ஒன்றாக அமர்ந்து சாப்பிடுவோம். அப்படி எங்கள் வாழ்க்கை நேற்றையைப்போல இன்றும், இன்றையைப் போல நாளையும் ஓடியது.

வங்கியில் எனக்கு நல்ல பேர். வாடிக்கையாளர்களுடன் நட்பாகப் பேசி அவர்கள் அன்பை இலகுவாகச் சம்பாதித்து விடுவேன். வீடியோக்கடை வைத்திருந்த ஒருத்தர் அடிக்கடி வங்கிக்கு வருவார். அவருக்கு என்னைப் பிடித்துக்கொண்டது. என் குடும்ப விவரங்களை தெரிந்துகொண்டு எனக்குக் கல்யாணம் பேசினார். அவருடைய சொந்தக்காரப் பெண் ஒருத்தி தம்பலகாமத்தில் இருந்தார். நான் இருந்தது திருகோணமலை. ஒரு மணி நேரத்தில் பஸ்சில் போகக்கூடிய தூரம். பார்த்த உடனேயே எனக்குப் பெண்ணைப் பிடித்தது. ரத்தத்தில் தண்ணீர் கலந்த நிறம். தேகம் கொஞ்சம் காற்று நிரப்பியதுபோல இருந்தாலும் ஓர் இடத்திலும் நிற்காமல் விளையாடும் கண்கள். அவர் நகர்ந்தபோது அழகு இரண்டு மடங்காகி விடும். என் பெற்றோரும் சம்மதித்ததால் கல்யாணம் சீக்கிரத்தில் நடந்தது. மணமுடித்த பின்னர் ஒரேயொரு சங்கடம்தான். என் மனைவி மாலதி தினமும் காலை ஏழு மணிக்குப் புறப்பட்டு பஸ்சில் வேலைக்கு தம்பலகாமம் போகவேண்டும். மாலையில் வேலை முடித்து களைத்துப்போய் வருவார். எனக்கு பார்க்கப் பாவமாக இருக்கும்.

இந்தப் பிரச்சினையை ஒருநாள் இரவு ஏழு மணிக்கு வந்த தொலைபேசி அழைப்பு தீர்த்து வைத்தது. என் அம்மாதான் தொலைபேசியை எடுத்தார். அழைத்தவர் முரட்டுக்குரலில் 'கனகராசனுடன் பேசவேண்டும்' என்றார். 'அவர் இன்னும் அலுவலகத்திலிருந்து வரவில்லை. வந்ததும் சொல்கிறேன். நீங்கள் ஆர்? என்ன விசயம்?' என்று கேட்டார். அவன் திட்டிவிட்டு ஒரு நம்பரைத் தந்து 'உன் மகன் வந்ததும் அவனை என்னிடம் பேசச்சொல்லு' என்றான். இது பெரிய வில்லங்கம் என்று அம்மாவுக்கு உடனேயே புரிந்துவிட்டது.

நான் அலுவலகத்திலிருந்து வந்ததும் அம்மாவும் மாலதியும் விசயத்தைச் சொன்னார்கள். அந்த இலக்கத்தை அழைத்தேன். 'கனகராசா, நான் இயக்கத்திலிருந்துபேசுறன். நாளைக்குக் காலை பத்து லட்சம் தேவை. அதை எடுத்துக் கொண்டு நான் சொல்லும்

இடத்துக்கு வா.' நான் மயங்கி விழுந்திருப்பேன் ஆனால் எனக்குப் பக்கத்தில் அம்மாவும் மாலதியும் நின்றார்கள். 'பத்து லட்சமா? நான் சாதாரண வங்கி கிளார்க். வயதான பெற்றோரை வைத்து பராமரிக்கிறேன். இப்பொழுதுதான் கல்யாணமும் முடிந்தது. நீங்கள் வேறு யாரோ என்று நினைத்து என்னை அழைத்துவிட்டீர்கள்.'

'அது எல்லாம் எனக்குத் தெரியும். இரண்டு வருசமாக நீ உன் மனேஜரிடம் புரமோஷனுக்குக் கெஞ்சிக்கொண்டு இருக்கிறாய். அவன் ஒன்றும் தரமாட்டான். நீ பத்து லட்சம் உன் வங்கியில் எடுத்துக் கொடு' என்றது குரல். 'திருடுவதா? எனக்கு வேலை போய்விடும்.' 'பெரிய வேலை. உன் உயிர் ஒருவேளை போகக்கூடும். உனக்கு ஒரு நாள் டைம் தருவேன். போலீசிடம் போனால் நீ வீடு திரும்புவாய். உன் மனைவி தம்பலகாமத்திலிருந்து வீடு திரும்ப மாட்டார். நாளைக்கு விவரம் சொல்வேன்.' நான் மன்றாடத் தொடங்க முன்னர் டெலிபோன் பட்டென்று வைக்கப்பட்டது.

எனக்குக் கை நடுங்கியது. மாலதி தைரியமானவர். தம்பலகாமத்தில் இதைப்போல பல சம்பவங்களைச் சந்தித்தவர். இயக்கத்துடன் அவருக்கு ஆரம்பத்தில் தொடர்பும் இருந்தது. அவருடைய சிநேகிதிகள் பலர் வீரச்சாவு அடைந்திருக்கிறார்கள். 'இதுக்கு ஏன் பயப்பிடுகிறீர்கள். நான் எதுக்கு இருக்கிறன்.' என்றார். இயக்கத்துக்கு அவரே டெலிபோன் பண்ணி விசாரித்தபோது அவர்கள் ஆச்சரியப்பட்டார்கள். இப்படியெல்லாம் நாங்கள் பொதுமக்களிடம் பணம் கேட்பதில்லை. இது ஒரு கள்ளக் கூட்டத்தின் பணம் பறிக்கும் வேலை. அவர்களை எப்படியும் மடக்கவேண்டும் என்று சொல்லிய பின்னர் அவர் விரிவான ஒரு திட்டத்தைச் சொன்னார். மாலதி சரி சரி என்று தலையாட்டினார்.

அடுத்தநாள் இரவு தொலைபேசி வந்தது. 'பத்து லட்சம் காசை கடத்தமுடியாது. எப்படியும் ஐந்து லட்சம் கொண்டு வருவேன். அதன் பின்னர் என்னைத் தொந்தரவு செய்யக்கூடாது' என்று நயமாக வேண்டினேன். அவர்கள் சம்மதித்தார்கள். மறுநாள் காலை கடதாசி நிரப்பிய பையுடன் நான் புறப்பட்டபோது மாலதி தானும் வரவேண்டும் என அடம்பிடித்தார். நேரம் ஓடிக்கொண்டிருந்தது. பத்து மணிக்கு அவர்கள் சொன்ன இடத்தில் நான் நிற்கவேண்டும். என்னைப் பேசவிடாமல் அவரும் ஆட்டோவில் ஏறினார். அவர்கள் சொன்ன டொக்யார்ட் டெலிபோன் மையத்துக்குப் போனபோது அங்கே ஒருவரும் இல்லை. நான் கூண்டுக்குள் நுழைந்து அவர்கள் எண்ணை அழைத்து பணத்துடன் வந்துவிட்டதைச் சொன்னேன். 'சரி, காத்திரு. ஒருவன் ஆட்டோவில் வருவான். அவனிடம் பணத்தைக் கொடு' என்றான். திட்டம் என்னவென்றால் நான் பணத்தைக் கொடுக்கும்போது இயக்கக்காரர்கள் ஒளித்திருந்து

அவனைப் பிடித்துவிடுவார்கள். என் வேலை முடிந்தது. ஆனால் ஆட்டோவைக் காணவில்லை. இயக்கக்காரர்களையும் காண வில்லை.

செல்பேசியில் பேசியபடி சாவதானமாக ஒருவன் ஆட்டோவில் வந்து இறங்கினான். மெலிந்து கரும்புபோல முன்பக்கம் வளைந் திருந்த 18 வயது இளைஞன். வெள்ளை வெளேர் என்று சோகை பிடித்தவன்போல இருந்தான். தள்ளிவிட்டால் விழுந்து விடுவான். புருவத்தில் ஓர் இடத்தில் மயிர் முளைக்கவில்லை. நாலு நாள் பட்டினி கிடந்த ஒரு சோம்பேறி அப்பொழுதுதான் நித்திரையி லிருந்து எழும்பி வந்திருக்கிறான். செல்பேசியை காதில் பிடித்தவாறே வந்து பையைக் கேட்டான். இயக்கக்காரர்களைக் காணவில்லை. பையைக் கொடுத்தால் அவன் போய்விடுவான். நேரத்தைக் கடத்து வதற்காக 'செல்பேசியை கொடு. நான் உன் மேலாளரிடம் பேச வேண்டும்' என்றேன். அவன் தயங்கியபடியே செல்பேசியை தந்தான். பேசியவன் 'அவன்தான் ஆள். பையை கொடு. பையை கொடு' என்று அவசரப்படுத்தினான். நல்லகாலமாக இயக்கத்திலிருந்து இரண்டுபேர் துப்பாக்கிகளுடன் ஆட்டோவில் வந்து பட்பட் டென்று குதித்தனர். பாதி புருவக்காரனை அப்படியே தூக்கி உள்ளே போட்டுக்கொண்டு எங்களைத் தொடரச் சொல்லிவிட்டு புறப் பட்டனர். இத்தனையும் ஒரு தீக்குச்சி கிழிக்கும் நேரத்துக்கிடையில் நடந்து முடிந்துவிட்டது.

எனக்கு என் வேலை முடிந்தது, வீடு திரும்பவேண்டும் என்ற அவசரம். என் மனைவியின் முகத்தில் இந்த சாகசம் பெரிய சந்தோ சத்தைக் கொண்டுவந்தது. கண்கள் விரிந்து, வாய் அகன்று போய் கிடந்தது. இன்னும் நூறு மைல்கள் அவர்கள் பின்னால் அவர் தொடரவும் தயார். கஸ்டம்ஸ் வீதி திரும்பியவுடன் காவல் கோபுரத்தில் போராளி துப்பாக்கியுடன் நிற்பது தெரிந்தது. இயக்க வாசலில் சிவப்பு மஞ்சள் நிறத்தில் பெரிய பெயர்ப் பலகை தொங்கியது. பெடியனை இறக்கி பின்னுக்கு கொண்டுபோய் சாக்கில் தூசி தட்டுவதுபோல பலமாக அடித்தார்கள். அவன் அலறத் தொடங்கினான். அந்த நோஞ்சான் இறந்துவிடுவான் என்று நாங்கள் பயந்தோம். தலைவர் போல தோன்றிய ஒருவர் வேகமாக தடித்த கயிறு கொண்டுவந்தார்.

'உன்ரை பேர் என்னடா?' 'சேந்தன் அமுதன்.' 'உன்ரை அப்ப ருக்கு வேற பேர் கிடைக்கேல்லையோ? வந்தியத்தேவன், அருள் மொழிவர்மன், சுந்தரசோழன் எல்லாம் முடிந்து உனக்கு சேந்தன் அமுதன் என்று வைத்தாரோ.' 'அடிக்காதையுங்கோ ஐயா. பசிக் கொடுமையில் செய்தேன்.' 'பூ விக்கிறதுக்குப் பதிலா ஆட்களைப்

பிடித்து விக்கிறாயோ?' 'ஐயா என்னை நம்புங்கோ. எனக்கு ஒன்றும் தெரியாது' என்று கதறினான்.

அவன் சொன்னதன் சாராம்சம் இதுதான். அவன் சாப்பிட்டு இரண்டு நாளாகிறது. அவன் தாயும் மூன்று தங்கச்சிகளும்தான் குடும்பம். பசி தாங்க முடியாமல் இந்த வேலையை ஒப்புக்கொண்டு விட்டான். யாரோ அவனிடம் ஒரு பை கொடுப்பார்கள். அதைக் கொண்டுபோய் சேர்த்தால் 5000 ரூபாய் தருவார்கள். அவனுக்கு அவர்கள் பெயரோ முகவரியோ தெரியாது. செல்பேசி எண் மட்டும் இருந்தது. 'என்னைக் கொல்லவேண்டாம். நான் சொல்வது உண்மை' என்று கதறினான். அவனை நம்பலாம் என்றே எங்களுக்குப் பட்டது.

பிரச்சினை அதன் பின்னர்தான் ஆரம்பமாகியது. கள்ளக் கூட்டக்காரன் என் அம்மாவை தினம் தொலைபேசியில் அழைத்து திட்டத் தொடங்கினான். 'ஏ, குருடி. உன் மகனைத் தப்ப வைத்து விட்டாய் என்று நினைக்காதே. எங்களைப் பிடித்துக் கொடுத்த அவனுக்கு என் கையால்தான் சாவு.' இப்படித் தினமும் வெருட்டி னான். 'வீட்டுக்கு நெருப்பு வைப்பேன்' என்று பயமுறுத்திய போது யோசிக்கவேண்டி வந்தது. மீண்டும் இயக்கத்திடம் போய் பிரயோசன மில்லை. நான் வெளிநாடு போய் தப்பிக்கவேண்டும். என் மனைவி பின்னால் வருவார். இதுதான் நாங்கள் எடுத்த முடிவு.

ஏஜண்ட் இருபது லட்சம் உடனே கொடுக்கவேண்டும் என்றார்; மீதி கனடா போய் அனுப்பலாம். மாலதியின் அப்பா கொஞ்சம் பணம் தந்தார். என் மனைவியின் நகைகளை அடகுவைத்து எப்படியோ 20 லட்சம் புரட்டி ஏஜண்டுக்குக் கொடுத்தேன். எங்கள் குழுவில் இரண்டு பேர் இருந்தோம். முதலில் ரஸ்யா போய் அங்கிருந்து உருகுவே நாட்டுக்குப் போகவேண்டும். அந்த நாட்டு ஏஜண்ட் எங்களைப் பொறுப்பேற்று கனடாவுக்கு கொண்டுபோய்ச் சேர்ப்பார். ஸ்பானிஷ் மொழியும் பாதி ஆங்கிலமும் பேசும் அவர் எங்களை ஒரு ஹொட்டலில் தங்க வைத்தார். வெள்ளைத் துணியில் நீலக் கோடுகள் போட்ட கொடி பறந்தது. ஆகாயம் வித்தியாசமாக இருந்தது. சரியாக அடுத்த நாள் காலை பத்து மணிக்கு வந்து கூட்டிப் போவதாகச் சொன்ன ஏஜண்ட், அறையை விட்டு வெளியே எங்கும் போகவேண்டாம் என்று இரண்டு தடவை எச்சரிக்கையும் செய்தார்.

என்னுடன் அறையில் தங்கிய பெடியனின் பெயர் பிரகதீஸ். கடந்த மூன்று நாட்கள்தான் இவன் எனக்கு பழக்கம். என்னை 'அண்ணை, அண்ணை' என்று அழைத்தான். இன்னும் தோள்மூட்டு வெளியே வரவில்லை. முகத்தில் எங்கே எங்கே தாடி வர வேண்டுமோ அங்கேயெல்லாம் அதற்கான அறிகுறி தென்பட்டது.

நல்ல நாளாக விடியும் ஒரு நாளை அது முடிவதற்கிடையில் மோசமான நாளாக மாற்றும் திறமை கொண்டவன் அவன். சேர்ட்டைக் கழற்றி உடை மாற்றித் தயாரானான். உடம்பு முழுக்கத் தழும்புகள். என்னவென்று கேட்டேன். ‘17 காயங்கள் என்றால் 17 தடவைகள் உயிர் தப்பியதாக அர்த்தம், அண்ணை. இவைதான் என்னுடைய டைரிக் குறிப்புகள்’ என்றான்.

நன்றாகத் தூங்கி ரெடியாக இருக்கவேண்டும் என்பது ஏஜண்டின் கட்டளை. ‘அண்ணை வெளியே போய்ப் பார்ப்பம். இப்படி ஒரு சான்ஸ் வாழ்க்கையில் ஒருதரம்தான் கிடைக்கும், வாங்கோ’ என்று வற்புறுத்தினான். நான் மறுத்துவிட்டேன். ‘எல்லா நகரங்களும் ஒன்றுதான், படு’ என்றேன். ‘உருகுவே நாட்டு உதைபந்தாட்டடம் திறம், அண்ணை. இந்த நாட்டு மக்களைப் பார்க்கவேண்டும். இதிலென்ன பயம்? ஒரு ரவுண்ட் அடிப்போம்.’ கண்ணாடி முன் நின்று தலையைப் பத்து விதமாக வாரினான். ஏதோ காதலியைப் பார்க்க புறப்படுவதுபோல ஒப்பனை செய்தான். ‘உலகிலேயே சுற்றுச்சூழலைக் கெடுக்காமல் மின்சாரம் உண்டாக்கும் நாடு இது ஒன்றுதான். ஆனால், தெரு விளக்குகளைப் பார். கல்லால் எறிந்து உடைத்திருக்கிறார்கள். மோசமான இடம் இது. போகாதே’ என்றேன். நாக்கினால் மேல்பற்களைத் தடவிக்கொண்டு ‘அண்ணை, 17 தரம் உயிர் தப்பியிருக்கிறேன்’ என்றான். கடைசியில் ‘சரி, நீ அறையைப் பூட்டிவிட்டு சாவியைக் கொண்டு போ. நான் உனக்காகக் காத்திருக்க மாட்டேன்’ என்று சொல்லிப் படுத்துவிட்டேன். அவன் எப்பொழுது புறப்பட்டுப் போனான் என்பது தெரியாது.

அடுத்த நாள் காலை விடிந்தது. கதவு பூட்டியிருந்தது. பிரகதீஸ் கையிலே சாவியைப் பிடித்தபடி நிலத்தில் விழுந்து கிடந்தான். கழற்றிவிட்ட ஒரு சப்பாத்தின் மேல் தலை கிடந்தது. இன்னொரு சப்பாத்து அவன் காலில் இருந்தது. தொட்டுப் பார்த்தேன். உடல் குளிர்ந்து இறந்துபோன சடலம். வெளியே போகமுன்னர் விழுந்து இறந்தானா அல்லது போய்வந்தபின்னர் இறந்தானா? ஒன்றுமே தெரியவில்லை. ஹொட்டல் மனேஜர் அம்புலன்ஸை அழைத்தார். நான் நடுங்கியபடி நின்றேன். ஏஜண்ட் டெலிபோனில் கூப்பிட்டதும் விசயத்தைச் சொன்னேன். அவர் ‘புறப்படு, புறப்படு. நான் மாட்டிவிடுவேன்’ என்று கத்தினார். என்னால் எப்படி புறப்பட முடியும்?

ஒருவாரம் போலீஸ் என்னை விசாரித்தது. ஏஜண்ட் மறைந்துவிட்டார். அவரைப் போலீசாரால் பிடிக்க முடியவில்லை. பிரேத பரிசோதனைக்குப் பின்னர் பிரகதீஸுக்கு மாரடைப்பு வந்தது உறுதி செய்யப்பட்டது. யார் பெற்ற பிள்ளையோ? 16 வயதுகூடத் தாண்டவில்லை. உலகம் முழுவதையும் பார்த்துவிடத் துடித்தான்.

பத்து விதமாகத் தலையை வாரினான். அவன் இறந்தபோது நான் வெறும் இரண்டு அடி தள்ளி தூங்கிக்கொண்டு கிடந்தேன். 17 தடவை உயிர் தப்பியவனை அடக்கம் செய்தபோது அங்கே நானும் இருந்தேன். ஒரு தேவாரம் அவனுக்காகச் சொன்னேன். ஒருவருக் கும் அவன் அன்று வெளியே போனானா என்பது தெரியவில்லை. என்னிடம் கடவுச்சீட்டும் திரும்பிப் போவதற்கு டிக்கெட்டும் இருந்ததால் என்னைத் திருப்பி அனுப்பினார்கள்.

கொழும்பில் ஏஜண்டைப் போய்ப் பார்த்தபோது அவர் என் மேல் படுகோபமாக இருந்தார். என் பாட்டுக்கு உருகுவேயில் முடி வெடுத்தது அவருக்குப் பிடிக்கவில்லை. காலில் விழாத குறையாக கெஞ்சிக் கேட்டபிறகு மறுபடியும் என்னை வெளிநாடு அனுப்பு வதற்கு முயற்சி எடுத்தார். அப்படித்தான் பிரேசில் பயணம் திட்ட மிடப்பட்டது. மொக்கன் சுதாகரன் செய்த தவறால் எல்லோரையும் பிடித்துச் சிறைக்குள் அடைத்துவிட்டார்கள்.

பூசா சிறையில் என்னுடைய சங்கிலி, வாட்ச், மோதிரம், கைப்பை ஆகியவற்றை வாங்கி குறித்துவைத்துக் கொண்டார்கள். சாமிக்கு நேர்ந்து அம்மா கையில் கட்டிய நூலை அவர்கள் வெட்டிய போது என் முடிவு நெருங்கியதை சூசகமாக உணர்ந்தேன். சிறை முழுக்க தமிழ் கைதிகள். எல்லோரும் போராளிகள்தான். ஒன்றி ரண்டு சிங்களவர்களும் இருந்தார்கள். காவலர்கள் சிங்களத்தில் ஆணையிடுவது ஒருவருக்கும் புரியாது. ஒருவரை ஒருவர் பார்த்து சமாளித்தார்கள். எங்கள் அறையில் மட்டும் 75 பேரை அடைத் திருந்தார்கள். எனக்கு இரண்டு அவஸ்தைகள்தான். ஒன்று கொசுக்கடி. மற்றது பசி. காலை, மதியம், மாலை, இரவு எந்த நேரமும் பசி பற்றிய நினைப்புத்தான். தூக்கம் இல்லை. தூங்கினால் கனவில் விதம் விதமான உணவுவகைகள் வந்தன.

ஒருநாள் நான் பசியைப் பற்றி தீவிரமாகச் சிந்தித்துக் கொண்டிருந்தபோது ஒரு சிங்களக் கைதி சமபோஷா உணவை எனக்கு நீட்டினான். அவன் பெயர் கோபெக்கடுவ என்று பின்னால் தெரிந்துகொண்டேன். போருக்கு எதிராக கவிதை எழுதியபடியால் அவனைப் பிடித்து உள்ளே போட்டுவிட்டார்கள். அவன் சொன் னான். 'போரினால் ஒன்றும் சாதிக்க முடியாது. மனிதனின் உண்மை யான எதிரி பசி. அதற்கு எதிராகத்தான் போராடவேண்டும்.' அவன் நீட்டிய தட்டில் இருந்த உருண்டை என்னைப் பார்த்தது. 'ஸ்வாஹிலி மொழியில் 'பசிக்கிறது' என்று சொல்வதில்லை. 'பசி கேட்கிறது' என்றுதான் சொல்வார்கள்' என்றான். என்ன ஆச்சரியம்! கடந்த ஆறு மாதங்களாக பசி என் காதுகளுக்குள் 24 மணிநேரமும் கேட்டபடியேதான் இருந்தது.

வெளியே ஏஜண்ட் சும்மா இருக்கவில்லை. ஒரு சட்டவாளரைப் பிடித்து எங்களை விடுவித்தார். அம்மாவுக்கு கண்பார்வை முற்றிலும் போய்விட்டது. 'இரு தடவையும் பயணம் தோல்வி. இனிமேல் வெளிநாடு போகும் எண்ணத்தை விடுங்கோ' என்றார் மாலதி. இருந்த காணியை ஈடுவைத்து நகல் எடுக்கும் கடை ஒன்றை ஆரம்பித்தேன். ஒரு வருடத்தில் இரண்டு மெசின் தேவைப்பட்டது. போர் நின்ற பிறகு செல்பேசி ஏஜன்சியும் கிடைத்தது. கடந்த பத்து வருடங்களில் வியாபாரம் பெருகியது. என்னிடம் பன்னிரெண்டு பேர் வேலை பார்த்தனர். காலை எட்டு மணிக்கு கடை திறந்தால் இரவு 10 மணிக்குத்தான் பூட்டுவோம்.

ஒரு முறை வேலைக்கு புது ஆள் தேவைப்பட்டது. விளம்பரம் செய்தபோது 150 விண்ணப்பங்கள் வந்தன. ஒன்றிரண்டு பட்ட தாரிகள் கூட விண்ணப்பித்திருந்தனர். மனேஜர் ஒவ்வொருவராக அழைத்து நேர்காணல் செய்து, இறுதித் தேர்வுக்காக சிறந்த பத்துப் பேரை என்னிடம் பின்மதியம் மூன்று மணிக்கு அனுப்பி வைப்பதாகச் சொன்னார். ஒருவன் நாலு மணிக்கு வந்தான். மெலிந்த உள்வளைந்த உடம்பு. விண்ணப்பத்தில் 'சேந்தன் அமுதன்' என்று எழுதியிருந்தது. பத்து வருடத்துக்கு முன்னர் பணப் பெட்டியை வாங்கிப் போக ஆட்டோவில் வந்தவன்தான். அதே பாதிப் புருவம். அவனுக்கு என்னை அடையாளம் தெரியவில்லை. நான் உற்றுப் பார்த்தபோது ஓர் அடி பின்னால் வைத்தான்.

'எப்பொழுது வரச் சொன்னவர்?' 'ஏறக்குறைய இன்றைக்குத் தான்.' 'மூன்றுமணி என்று சொல்லவில்லையா?' 'ஐயா, எங்கேயோ இப்ப மூன்று மணி நடக்கிறது' என்றுவிட்டு தலையைக் குனிந்தான். 'இந்த வேலைக்கு வேண்டிய தகுதி உங்களிடம் இருக்கிறதா?' என்று கேட்டேன். நிமிர்ந்து என் கண்களைப் பார்த்து 'பசி' என்று முனகிவிட்டு மறுபடியும் நிலத்தைப் பார்த்தான். பசியிலும் பார்க்க கூடிய தகுதி ஒன்று இருப்பதாக எனக்குத் தெரியவில்லை.

❏

என்னைத் திருப்பி எடு

ஒரு பேச்சுக்குத்தான் அவன் அப்படிக் கேட்டான். மிதிலாவுக்கு அது பிடிக்கவில்லை. அவள் வழக்கம்போல ஒன்றுமே பேசவில்லை. ஆனால் முகம் வேறு யாருடையவோ முகம் போல நாலு கோணத் தில் மாறிவிட்டது. மேல் கோட்டின் நாலாவது பட்டனை வலது கையால் போட்டுக்கொண்டு, இடது கையால் கைப்பையைத் தூக்கி னாள். அவள் வெளியே போனால் இந்தச் சண்டை முடிவுக்கு வராது. இரண்டு நாள் இப்படியே இழுக்கும்.

அவன் ஒன்றுமே கேட்கக்கூடாது. ஆனால் அவன் பற்றிய விசயம் எல்லாம் அவளுக்குத் தெரியும். ஒரு தடவை அவளிடம் கேட்டான். 'நீ பல்கலைக்கழகத்தில் என்ன படிக்கிறாய்?' சாதாரண கேள்விதான். அவளுடன் கடந்த ஆறு மாதகாலம் ரொறொன்ரோ நடு மையத்தில் உயர்ந்து நிற்கும் 21 மாடிக் கட்டடத்தில் ஏழாவது மாடியில் 716ம் எண் வீட்டில் ஓர் அறையில் இருவரும் ஒன்றாக சேர்ந்து வசிக்கிறார்கள். நீ என்ன படிக்கிறாய் என்று அவன் கேட்கக் கூடாதா? அவள் பதில் சொன்னாள். 'தண்ணீரின் ஈரத்தன்மை பற்றி ஆராய்ச்சி செய்கிறேன்.' அவனை அவள் கேலி செய்கிறாள். அவன் மேல்படிப்பு படிக்காமல் சுப்பர்மார்க்கெட்டில் சாதாரண எடுபிடி யாக வேலை செய்வது அவளுக்கு அவமானமாக இருந்தது. அதை இப்படித்தான் அவனுக்கு உணர்த்துவாள். ஆனால் அந்த வீட்டு முழு வாடகையையும் அவன் சம்பளத்தில்தான் கட்டுகிறான். வீட்டுச் செலவுக்கும், உணவுக்கும் மட்டும் அவள் பாதி பணம் தருகிறாள்.

சரி, சமையல் வேலையில் சரிசமமாக இருவரும் பங்கேற்கிறார் களா என்றால் அதுவும் இல்லை. அவனுக்குத் தெரிந்த மாதிரி சமைத்து வைப்பான். அவளுக்கு என்ன மாதிரி உணவு பிடிக்கும் என்று அவனுக்கு எப்படித் தெரியும்? தினம் புதிதாக ஏதாவது செய் வான். பழைய உணவு அவனுக்குப் பிடிக்காது. அது மிதிலாவுக்குத் தெரியும். அவனுடைய அம்மா முதல்நாள் சமைத்த உணவைத் தந்ததற்கு கோபித்துக்கொண்டு வீட்டை விட்டு ஓடியவன். ஒரு 19

வயதுப் பையன் வீட்டைவிட்டு வெளியேறுவதற்கு அது போதிய காரணம் இல்லை என்று அவனுக்கு இப்போதுதான் தெரிகிறது.

கதவுக் கைப்பிடியில் அவள் கையை வைத்துவிட்டாள். முதுகுப்பை முதுகிலே தொங்கியது. 'நான் இப்ப என்ன சொன்னே னென்று இத்தனை கோபம். பதில் சொல்லிவிட்டு போனால் நல்லது. எப்போவோ வாங்கிய 'பேகிளை' சிப்லொக் பையில் போட்டு, அதை இன்னொரு சிப்லொக் பையில் போட்டு மீண்டும் இன்னொரு பையில் மூடி குளிர் பெட்டியில் வைப்பதில் என்ன பிரயோசனம்? இந்தச் சின்னக் கேள்விக்கு பதில் சொல்வதில் என்ன கஷ்டம். எங்கள் சிறிய வருமானத்தில் சிப்லொக் பை விற்பனையை ஏன் கூட்டவேண்டும்?'

அவர்கள் ஆறுமாதமாக ஒன்றாக வாழ்கிறார்கள். முதல் மாதம் அதி இன்பம் தந்த மாதம். அவள் கையை உயர்த்தி சொறிந்தபோதும், கொட்டாவி விட்டபோதும், பல் துலக்கியபோதும் அபூர்வ அழகுடன் இருந்தாள். இரண்டாவது மாதம் முதல் சண்டை வந்தது. மூன்றாவது மாதம் மூன்று சண்டை. சண்டை முடிந்து சமாதானம் ஆனபோது பெரிய கொண்டாட்டமாக இருந்தது. நாலாவது மாதம் வாரத்துக்கு இரண்டாக உயர்ந்தது. இப்போதெல்லாம் தினம் தினம் சண்டைதான். அவன் ஏதாவது சொன்னால் அவள் ஏதாவது உடனே சுருக்கென்று சொல்லிவிடுவாள். ஒரு சண்டை முடிந்து சமாதானம் ஆவதற்கிடையில் இன்னொன்று தொடங்கிவிடும்.

யார் என்ன செய்யவேண்டும் என்று பட்டியல் போட்டுக் கொண்டுதான் ஆரம்பித்தார்கள். அவன் சமையல் செய்வது. அவள் பாத்திரம் கழுவுவது. வீட்டுக் கணக்குகள் பார்ப்பது அவன். சாமான்கள் வாங்குவது அவன். சலவை அவள் பொறுப்பு. குப்பை அகற்றுவது அவன். வீடு துப்புரவாக்குவது அவள். துடைப்பக் கட்டையின் பத்து பயன்பாடுகளை அவள் கண்டு பிடித்திருக்கிறாள். இப்படி பங்கு போட்டுக் காரியங்கள் செய்தாலும் சண்டை வந்தது. இரவில் யார் கடைசியாக விளக்கை அணைப்பது? யார் சுட்டுப் போன பல்ப்பை மாற்றுவது? யார் பூக்கன்றுக்கு தண்ணீர் ஊற்று வது? கதவு மணி அடித்தால் யார் திறப்பது?

கதவைத் திறந்து வெளியே போகுமுன்னர் அவள் தன் செல் பேசியை பார்த்தபடியே சொன்னாள் 'நான் போகிறேன்.' 'எங்கே?' 'வெளியேதான்.' 'திரும்பிவர மாட்டீரா?' 'இரவு வருவேன். என் சாமான்களை எடுத்துப் போவதற்கு.' 'நிரந்தரமாகப் பிரிகிறீரா?' 'நிரந்தரமாகத்தான்.' 'மூன்று சிப்லொக் பைகளில் எதற்காக 'பேகிளை' சேமித்து வைக்கிறீர் என்று கேட்டதற்காகவா? இது சரியான கார ணமா? தண்ணீரில்தான் ஈரத்தன்மை குறைந்தது என்று நினைத் தேன். உம்முடைய இதயத்திலும் ஈரத்தன்மை போய் விட்டதா?'

'இரவு சொல்கிறேன். எட்டு மணிக்கு என்னைக் கொண்டுபோய் விடவேண்டும்.' 'ஏன் நான் கொண்டுபோய் விட வேண்டும்? வாடகைக்காரில் போகலாம்தானே.' 'அது எனக்குத் தெரியாதா? என்னை எங்கே, எந்த இடத்திலிருந்து அழைத்து வந்தீர்களோ அதே இடத்தில் என்னைக் கொண்டுபோய் இறக்கிவிட வேண்டும்.' அவன் ஏதோ சொல்வதற்கு வாயை திறந்தான். கதவு படக் என்று சத்தம் செய்து மூடியது. அவனும் மூடினான்.

சுப்பர்மார்க்கெட்டில் அவனுடைய மேலாளரை அவனுக்கு பிடிக்காது. அவருக்கும் அவனைப் பிடிக்காது என்றே நினைத்தான். மனேஜர் பேசத் துவங்கினால் நிறுத்தமாட்டார். வார்த்தைகள் மந்திரக்காரனின் வாயிலிருந்து ரிப்பன் வருவதுபோல நிறுத்தாமல் வந்து வசனம் நீண்டு கொண்டேயிருக்கும். அவன் ஆச்சரியத்துடன் அவருக்கு ஓர் அடி பின்னால் பார்ப்பான். முற்றுப்புள்ளி இளைக்க இளைக்க அவருக்குப் பின்னால் ஓடிவருவது அவன் கண்களுக்கு மட்டுமே தெரியும். ஐந்து நட்சத்திரக் கட்டளைத் தளபதி என்று மனேஜர் தன்னை நினைத்திருந்தார். கேள்விகளை யூகித்து பதில் களை யோசித்துத் தயாராக அவன் வைத்திருக்கவேண்டும். மணித்தியாலத்துக்கு அவனுக்கு டொலர் 11.40 சம்பளம். அதனிலும் குறைய அவனுக்கு சம்பளம் தர மனேஜருக்கு விருப்பம்தான். ஆனால் முடியாது. ரொறொன்ரோவில் இதுதான் ஆகக் கடைசி யான சட்டம் அனுமதித்த சம்பளம். அவனை 'அரை மூளை' என்றும் அவர் சமயாசமயங்களில் அழைத்திருக்கிறார். அதையும் சட்டம் அனுமதித்தது.

பழைய கால ஆங்கில பேய்ப்படங்களில் உயரமாக ஒருவர் வருவார். போரிஸ் கார்லொஃவ் என்று பெயர். பல்லுக்கொதி வந்து கன்னம் ஒரு பக்கம் வீங்கினால் போரிஸ் கார்லொஃவ் எப்படி தோற்றமளிப்பாரோ அப்படியே மனேஜர் இருந்தார். இரண்டு வருடகாலமாக அவருடன் வேலை செய்கிறான். இந்த இரண்டு வருடங்களில் நாலு தடவை வீட்டிலிருந்து துப்பாக்கி கொண்டுவந்து அவரைச் சுட்டுவிடவேண்டும் என்று அவனுக்குத் தோன்றியிருக் கிறது. ஆனால் அவன் செய்யவே இல்லை.

அந்த சுப்பர்மார்க்கெட்டில் 12 காசாளர்கள் ஒரே சமயத்தில் வேலை செய்வார்கள். ஒவ்வொரு காசாளர் முன்பும் வண்டில் களுடன் நிறையப் பேர் வரிசையில் நிற்பார்கள். ஓடும் பெல்ட்டில் சாமான்கள் வரும். அதன் கோடுகளை மந்திரக் கண்கள் கண்டு பிடித்து விலைகளை தானாகவே பதியும். சாமான்களைப் பைகளில் போட்டு வாடிக்கையாளருக்கு கொடுத்து பணம் பெறவேண்டும். சிலர் தங்கள் செல்பேசிகளை நீட்டிக் கணக்கை தீர்ப்பார்கள். சிலர் கடன் அட்டையோ உடன் அட்டையோ பாவிப்பார்கள். சிலர்

காசுத்தாள்களை கொடுப்பார்கள். அப்போது தான் பிரச்சினை முளைக்கும். அவனுக்கு கணக்கு அப்படி இப்படி. சிலவேளைகளில் கணக்கு ஒப்புவிக்கும் சமயம் காசு குறைந்திருக்கும். சொந்தப் பணத்தை கட்டி சமாளித்திருக்கிறான்.

ஒருநாள் வண்டிலைத் தள்ளிக்கொண்டு பச்சைக் கண் அழகி ஒருத்தி வந்தாள். அன்று மட்டும்தான் பச்சைக் கண். சிலவேளை களில் அவளுக்குச் சாம்பல் கண். ஒருநாள் நீலக் கண்ணுடன் வந்திருந்தாள். அத்தனை அழகு. பார்த்தபின் கண்ணை விலக்க முடியாது. கண் நிறத்துக்கு ஏற்ப உடை அணிவதுதான் அவளில் விசேஷம். அன்று நிறையப் பொருட்கள் வாங்கியிருந்தாள். அவன் சாமான்களை பையிலே அடுக்கும்போது பிழை நேர்ந்துவிட்டது அது அதற்கு ஒரு முறை உண்டு. ஒழுகக்கூடிய சாமான்களை தனிப்பையில் வைக்கவேண்டும். குளிரூட்டப்பட்ட பொருட்களை வேறு குளிரூட்டப்பட பொருட்களுடன்தான் இடவேண்டும். வீடு சுத்தமாக்கும் வேதியல் பொருட்களை உணவுகளுடன் கலக்கக் கூடாது. இப்படிப் பல விதிகள். சிலவேளை நினைவில் இருக்கும். பல வேளை மறந்துவிடுவான். அவள் நன்றி என்று அழகாக உச்சரித்துவிட்டு சாமான்களைத் தள்ளிக்கொண்டு போனாள். வீட்டுக்குப்போய் சரி பார்த்தபோது ஒரேயொரு முட்டை உடைந்து விட்டது. அவள் 20 மைல் தூரம் காரை ஓட்டிவந்து முட்டை உடைந்துவிட்டது என்று முறைப்பாடு செய்தாள். பல்லுக்கொதி பிசாசு மனேஜர் அவனைத் திட்டினார். அடுத்த நாள் அவனுக்குத் தண்டனை என்று சொன்னார்.

அப்படித்தான் வாடிக்கையாளர் சேவையில் அவன் வேலை செய்ய நேர்ந்தது. அதைவிட பெரிய தண்டனை கிடையாது. வாங் கிய பொருளை திருப்புவதற்காக நீண்ட வரிசை நிற்கும். 'எதற்காக சாமானை திருப்புகிறீர்கள்?' என்று கேட்டுப் பதிலை கணினியில் பதிவு செய்த பின்னரே காசைத் திருப்பிக் கொடுக்க முடியும். அல் லது புதிய சாமான் எடுத்துப்போக அனுமதி கிடைக்கும். வாடிக்கை யாளர்கள் சொல்லும் காரணங்கள் வேடிக்கையாக இருக்கும். 'முடிவுதேதி முடிந்துவிட்டது.' 'அழுகிவிட்டது.' 'உடைந்துவிட்டது.' 'பூசணிக்காய் வேலைசெய்யவில்லை.' 'பழு தானது.' 'மணக்கிறது.' 'ருசி சரியில்லை.' காதலிக்கு பிடிக்கவில்லை என பாதி சாப்பிட்ட பீட்சாவை காதலியின் பல் அடையாளத்துடன் ஒருவன் கொண்டு வந்திருக்கிறான். 'சேர், இந்தரக வெண்ணெய் நாங்கள் விற்பதில்லை. வேறு எங்கோ வாங்கியிருக்கிறீர்கள்.' 'இல்லையே இங்கேதான் வாங்கினேன்.' 'நாங்கள் இங்கே இவ்வளவு மோசமான மலிவான வெண்ணெய் விற்பதில்லை.' சிலர் எரிச்சல் படுத்துவார்கள். சத்தமிடு வார்கள். ஆனால் அவன் வாயை சிரித்தமாதிரியே வைத்திருக்க

வேண்டும். சமயங்களில் வீட்டிலிருந்து துப்பாக்கியை எடுத்து வந்து இந்தப் பொய்யர்களைச் சுடத் தோன்றும். பின்னர் அவனிடம் துப்பாக்கி இல்லை என்பது நினைவுக்கு வரும்.

சுப்பர்மார்க்கெட்டில் 6340 பொருட்கள் தத்தமது மந்திரக் கோடுகளுடன் இருந்தன. சனங்கள் இரவும் பகலும் வந்து வாங்கிப் போனார்கள். அதிகமான உணவு வகைகள் சமைக்கவே தேவையில்லை. அவற்றை இரண்டு நிமிடம் நுண்ணலை அடுப்பில் வேகவைத்தால் உணவு தயார். பத்தாயிரம் வருடங்களுக்கு முன்னர் மனிதன் காலை எழும்பியதும் உணவைத் தேடத் துவங்குவான். சூரியன் மறையும் வரைக்கும் தேடுவான். அன்று உணவு கிடைத்தால் உண்பான். கிடைக்காவிட்டால் பட்டினிதான். இப்பொழுது அவசர அவசரமாக வந்து ஐந்து நிமிட உணவை வாங்கிக்கொண்டு ஓடுகிறார்கள். எத்தனை வசதி. ஆனாலும் முறைப்பாடுகளுக்கு குறைவில்லை.

இரண்டு வாரம் முன்பு மிதிலா இரவு எட்டு மணிக்கு வந்து தன் சாமான்களை எடுத்துப்போனாள். அவள் அவனுடன் சேர்ந்து வாழ வந்தபோது அவளிடம் ஒரு மெலிந்த சூட்கேஸ்தான் இருந்தது. திரும்பிப் போகும்போது இரண்டு சூட்கேசுகள், நாலு அட்டைப் பெட்டிகள் சேர்ந்துவிட்டன. ஆறு மாதத்தில் அவன் அவளுக்கு நிறையப் பரிசுகள் கொடுத்தான். உடுப்புகள் வாங்கினான். அவை பெட்டிகளை நிரப்பிக் கிடந்தன. பெட்டிகளை எடுத்துப் போக அவன் உதவிசெய்தான். வேலைக்காரனுக்கு காட்டும் மரியாதை அவனுக்குக் கிடைத்தது. காரிலே ஏறியதும் எங்கே என்றான். 'அந்த உணவகம்' என்றாள். 'எந்த உணவகம்?' 'நான் எங்கேயிருந்து உன் காரில் ஏறி உன் வீட்டுக்கு வந்தேனோ அந்த உணவகம்.' 'உணவகத்திலா நீ இனிமேல் தங்கப் போகிறாய்?' அவள் பதில் கூறவில்லை.

உணவகம் வந்தது. நெருப்பில் இருந்து தப்பி ஓடுவதுபோல காரில் இருந்து பாய்ந்து இறங்கி கைப்பையை எடுக்காமல், கதவை சாத்தாமல் வீதியை கடந்து மறுபக்கம் ஓடினாள். அங்கே ஒருவன் நின்றான். மூன்று நாள் சாப்பிடாததுபோல முகம். தலை வாரியிருக்கவில்லை. ஒருவாரம் முன்பு சுத்தமாயிருந்த சேர்ட். அவன் விரித்த கைகளுக்குள் ஒரு கோழிக்குஞ்சு ஓடுவதுபோல நுழைந்து அவனைக் கட்டிக்கொண்டாள். மிதிலா ஒருநாளும் அவனிடம் அப்படி ஓடிவந்தது கிடையாது. கட்டிப்பிடித்ததும் இல்லை. அவன் அதிர்ச்சியில் உறைந்துபோய் நின்றான். பின்னர் அவனாகவே சாமான்களை இறக்கிவைத்துவிட்டு காரை கிளப்பினான். அவள் பாய்ந்து கடந்த அந்தக் காட்சி சினிமா போல பலதடை மீண்டும் மீண்டும் அவன் மனதில் ஓடியது.

மனேஜர் அவனைக் கூப்பிட்டபோது அவனுக்கு விசயம் ஓர் அளவுக்கு விளங்கிவிட்டது. இன்னொரு முறைப்பாடு வந்திருக்கிறது. வேறு எதற்கு கூப்பிடுவார்? உன்னுடைய அர்ப்பணிப்பான, புத்தி சாலித்தனமான, கடும் உழைப்புக்கு மாட்சிமை பொருந்திய கனடிய ஆளுநர் உனக்கு விருதளிக்கப் போகிறார் என்று சொல்லப் போகி றாரா? மனேஜரின் கதவிலே அவர் பெயர் எழுதியிருந்தது. உள்ளே நுழைந்து கொலை செய்தவன் தீர்ப்புக்கு காத்து நிற்பதுபோல தலையைக் குனிந்துகொண்டு நின்றான். மனேஜர் அவன் முகத்தைப் பார்க்காமல் மேசையில் கிடந்த கண்ணாடி உருண்டையை உருட்டிய படி நீண்டநேரம்பேசினார். இரண்டு நிமிடம் கழித்து விசயத்துக்கு வந்தார். அவன் வாடிக்கையாளருடைய பையிலே தக்காளியை கீழே போட்டு அதற்குமேல் கனமான பொருளைப் போட்டதால் தக்காளி நசுங்கிவிட்டது. இந்த சுப்பர்மார்க்கெட்டில் வாடிக்கையாளர்தான் முக்கியம். அவனல்ல. தக்காளியுமல்ல. ‘இனிமேல் நீ வீட்டுக்குப் போகலாம்’ என்றார். ‘வீட்டுக்கா?’ ‘ஆமாம்.’ ‘இப்போதா?’ ‘இப்போது தான்.’ அவனால் நம்ப முடியவில்லை. இரண்டு டொலர் பெறுமதி யான தக்காளிக்காக அவனை வீட்டுக்கு அனுப்புகிறார்கள். தன் சேர்ட்டிலே குத்தியிருந்த ‘மாயன்’ என்ற பெயர் அட்டையை கழற்றி மேசையில் வைத்தான். இனிமேல் பெயர் அட்டை இல்லாமலே அவன் தன் பெயரை ஞாபகத்தில் வைக்க வேண்டும். போரிஸ் கார்லொஃவ் எழும்பி நின்று கைநீட்டினார். அவன் கவனிக்காமல் வெளியே வந்தான்.

அவன் அம்மா சொல்லுவார். ‘உன் பெயர் உன் சேர்ட்டிலே குத்தியிருக்கக் கூடாது. கழுத்திலே மாலையாக தொங்கக்கூடாது. கதவிலே உன் பெயர் இருக்க வேண்டும்.’ அம்மாவுக்கு அவன் சுப்பர்மார்க்கெட்டில் வேலை செய்வது பிடிக்கவே இல்லை. ’உன்னு டைய தகுதிக்கு நீ ஓர் அறையில் உட்கார்ந்து வேலை செய்ய வேண்டும். வீட்டுக்கு வா. மறுபடியும் படி’ என்று பலதடவை சொல்லிவிட்டார். அம்மாவை உடனே அழைக்கவேண்டும் போல இருந்தது. அவர் அடிக்கடி சொல்வார். ‘இந்த உலகத்தில் எல்லோரும் உன்னைக் கைவிட்டாலும் கடைசிவரை கைவிடாத ஒரே ஆத்மா உன் அம்மாதான். அதை மறக்காதே.’

காரை வேகமாக ஓட்டினான். அவனுக்கு முன்னால் இன் னொரு பெரிய வாகனம் போனது. பின்னால் இப்படி எழுதி யிருந்தது. ‘இந்த எழுத்துக்களை உன்னால் வாசிக்க முடியும் என்றால் நீ அளவுக்கு அதிகமாகக் கிட்ட வந்துவிட்டாய் என்று அர்த்தம். தூர விலகு.’ வாகனம் மிக மெதுவாக நகர்ந்தது. அவனால் முன்னேற முடியவில்லை. எரிச்சல் எரிச்சலாக வந்தது. திடீரென்று யோசனை எழுந்தது. ‘வேகமாகப் போய் என்ன சாதிக்கப் போகிறேன். வீட்டிலே

தான் மிதிலா இல்லையே. அவளுக்கு சமைக்கத் தேவையில்லை. மூன்று சிப்லொக் பைகளில் சேமித்து வைத்த 'பேகிளை' அவள் தன் காதலுனுடன் பகிர்ந்து சாப்பிட்டுக் கொண்டிருப்பாள்.'

லோரன்ஸ் வீதியில் அவன் பிறந்த மருத்துவமனை எதிர்ப் பட்டது. எப்பொழுது அந்த வழியால் போனாலும் அவனுடைய அம்மா அவன் பிறந்த மருத்துவமனையைச் சுட்டிக்காட்ட தவறுவ தில்லை. எட்டு மாடிகள் கொண்ட உயர்ந்த நீலக் கட்டடம். திடீ ரென்று மருத்துவமனைக்குள் காரை வெட்டித் திருப்பினான். வரவேற்பறையில் இரண்டு பெண்கள் சீருடையில் உட்கார்ந்திருந் தார்கள். இன்னொரு பெண் சற்று தள்ளி அமர்ந்து ஏதோ கணினியில் தட்டச்சு செய்தாள். சும்மா உட்கார்ந்திருந்த பெண்ணின் முன் சென்று நின்றான். அவள் நிமிர்ந்து பார்த்து மருத்துவமனைப் புன்னகை ஒன்று செய்தாள்.

'நான் என்னை திருப்பிக் கொடுக்க வந்திருக்கிறேன்.'

'மன்னிக்கவும். புரியவில்லையே.'

'நான் இங்கேதான் பிறந்தேன். நான் என்னைத் திருப்பிக் கொடுக்கவேண்டும்.'

'ஏன்?'

'பழுதான சாமானைத் திருப்பிக் கொடுக்கலாம்தானே.'

எல்லோருடைய கவனமும் அவன் மீது விழுந்தது. ஒன்றும் பேசாமல் ஒருவரை ஒருவர் பார்த்தனர்.

கம்புயூட்டரில் தட்டச்சு செய்த பெண் திரும்பி அவனைப் பார்த்து 'கொடுக்கலாம். ஆனால் உங்கள் தாயார் வந்துதான் திருப்பிக் கொடுக்கவேண்டும்' என்று சிரிப்பை அடக்கிக்கொண்டு கூறினாள். பெண்கள் ரகஸ்யமாக ஒருவரை ஒருவர் பார்த்தனர்.

அவனுக்கு என்ன நடந்தது? ஏன் இப்படி ஆவேசம் வந்தது போல உள்ளே நுழைந்தான். யாரோ சிரித்தது அவனுக்குக் கேட்டது. வெட்கமாகிவிட்டது. அவனுடைய அம்மா 'உனக்கு விசர் பிடித்து விட்டது' என்று திட்டுவது நினைவுக்கு வந்தது. அம்மாவை அழைத்து வேலை போனதைச் சொல்வோமா என்று நினைத்தான். அவன் எப்பொழுது அம்மாவை அழைத்தாலும் அது ஏதாவது சோகச் செய்தியை சொல்வதற்காகவே இருக்கும். ஒரு நல்ல செய்தி வந்த பிறகு அழைக்கலாம். விரைவில் அவன் ஒரு வேலையைத் தேடிவிட்டு அழைத்தால் எத்தனை சந்தோசப்படுவார். அப்படி நினைத்தபோதே அம்மாவிடம் இருந்து அழைப்பு வந்தது. அவன் அம்மாவை நினைத்தாவே அவருக்கு எப்படியோ தெரிந்துவிடும். அப்படிப் பலமுறை நடந்திருக்கிறது.

'என்ன அம்மா?'

'நீ ஏன் கூப்பிடவில்லை.'

'செல்போன் தண்ணீரில் விழுந்து சில நம்பர்கள் கரைந்து விட்டன.'

'என்னுடைய நம்பர் உனக்கு ஞாபகம் இல்லையா?'

'இல்லையே. இப்போது கிடைத்துவிட்டது. தவறாமல் இனிமேல் அழைப்பேன்.'

தாயாருக்குப் பொய் சொன்னது என்னவோபோல இருந்தது. தாயாரை தான் கொடுமைப்படுத்தியதற்கு இது தண்டனையோ என யோசித்தான். ஒருதடவை அவர் மருத்துவமனையில் கிடந்தபோது அங்கே போகாமல் மிதிலாவின் பிறந்தநாளைக் கொண்டாடியது நினைவுக்கு வந்தது. அவள் சொன்னாள். '18 வயதுப் பிறந்த நாள் ஒருமுறைதான் வரும்.' உடனேயே மனம் மாறியது. பெரும் சோகம் அவனை மூடியது. துயரத்தை மறக்க குதிரை ஓடும் சத்தத்தை வாயினால் உண்டாக்கியபடியே காரை ஓட்டினான். மனது கொஞ்சம் அமைதியடைந்தது.

ஓர் உயரமான பெண் நாயைச் சங்கிலியில் பிடித்தபடி நடந்தாள். அழகான காட்சி. அவளுடைய காதலனுடன் செய்த ஒப்பந்தப் படி நாயை நடைக்கு கூட்டிச் செல்வது அன்று அவள் முறையாக இருக்கலாம். மிதிலாவை நினைத்தான். எங்கே தவறு நடந்தாலும் அதைத் திருப்பி வளைத்துக் கொண்டு வந்து அவன் தலையில் போட்டுவிடுவாள். சிறந்த வழக்கறிஞராகும் தகுதி அவளுக்கிருந்தது. அவள் பக்கத்தில் நிற்கும்போது அவன் போதாமை பெரிதாகத் தெரியும். தரிப்பிடத்தில் காரை நிறுத்திவிட்டு வீட்டினுள் நுழைந்தான். ஒரு சத்தமும் இல்லாமல் அது அமைதியாக இருந்தது. மேல்கோட்டை கழற்றி மாட்டினான். காலணிகளை உதறினான். கார்ச் சாவியை மேசையில் வைத்தான். செல்பேசியை மின்னேற்றியில் பொருத்தினான். அவன் நிழல் சுவரில் விழுந்தது. என்ன அழகான நிழல்? என்ன ஒய்யாரம்? அதைப் பார்க்க ஒருவரும் இல்லை.

கதவு நீக்கல் வழியாக ஒருகடிதம் உள்ளே தள்ளப்பட்டுக் கிடந்ததைக் கண்டான். ஆச்சரியமாக இருந்தது. அவனுக்கு கடிதங்கள் வருவதில்லை. பழுப்பு உறை. அரசாங்கக் கடிதமாக இருக்க வேண்டும். கனடிய சட்டமா அதிபரிடம் இருந்து வந்திருந்தது. கை கொஞ்சம் நடுங்கியது. அவன் ஒரு குற்றமும் செய்யவில்லையே. சுப்பர்மார்க்கெட்டில் ஒருமுறை 12 டொலர் கணக்கு காட்டாமல் விட்டதாக இருக்குமா?

பயத்துடன் கடிதத்தைப் பிரித்தான். அவன் கண்கள் விரிந்தன. அவனை ஒரு வழக்கில் ஜூரியாக கடமையாற்ற அழைத்திருந்தார்கள்.

கடவுள் ஒரு யன்னலை மூடினால் ஒரு கதவைத் திறப்பார் என்று சொல்லியிருக்கிறார்கள். நாலு கதவுகளை அல்லவா திறந்துவிட்டிருக் கிறார். கொண்டாடவேண்டிய பெரும் சந்தோசத்துக்குரிய விசயம். வழக்கு விவரம் தெரியாது, ஆனால் இரண்டு வாரத்துக்குள் போக வேண்டும். சம்பளம் நாளுக்கு 40 டொலர்கள். வழக்கு இழுத்தடித் தால் நாளுக்கு 100 டொலராக உயர்ந்துவிடும்.

அவனால் மகிழ்ச்சியைத் தாங்க முடியவில்லை. யாரோடு அந்த நல்ல செய்தியை பகிரலாம் என்று யோசித்தால் ஒருவரும் இல்லை. அம்மாவுக்குச் சொன்னால் பெருமைப்படுவாரே என்று நினைத் தான். என்ன வழக்காக இருக்கும்? கொலைக்குற்றமா அல்லது கள்ளக் கடத்தலா? ஜூரிமாருக்கு பெயரை எழுதி சேர்ட்டிலே குத்துவார்களா? அல்லது பெயர் அட்டையை கழுத்திலே தொங்க விடுவார்களா? ஒருவேளை ஜூரி மேசையிலே பெயர்ப் பலகைகளை அவர்கள் வைக்கக்கூடும். ஒரு மாதத்துக்கு மேல் வழக்கு நீண்டால் நல்ல தொகை கிடைக்கும். அம்மாவுக்கு பிடித்த ஏதாவது விலை உயர்ந்த பரிசுப் பொருளை வாங்கிக் கொடுக்கலாம்

ஒரு பேச்சுக்குக் குற்றவாளி மிதிலாவாக இருந்தால் எப்படி இருக்கும் என்று யோசித்தான். கூண்டிலே நின்றாலும் அவள் வாள் சுழற்றுவதுபோல வேகமாகப் பேசுவாள். குரல் உச்சத்துக்கு போகும் போது அவள் பேச்சுக்குரல் நாய் குரைப்பதுபோல ஆகிவிடும். ஒரு பேச்சுக்கு அவள் திருடியாக இருக்கலாம். அரசாங்கத்தை ஏமாற்றிய வளாக இருக்கலாம். மூன்றுநாள் சாப்பிடாமல் இருந்தவனைக் கொலை செய்தவளாகவும் இருக்கலாம். ஒரு பேச்சுக்கு அவள் குற்றவாளி என்று அவன் கையைத் தூக்கும்போது அவனுடைய மகிழ்ச்சி எத்தனை மடங்கு பெருகியிருக்கும். இந்த உலகத்தில் பழிவாங்கும் மகிழ்ச்சியின் உச்சத்திற்கு ஈடே கிடையாது.

❏

வேதாகமத்தின் முதல் பாவம்

கமாறாவைப் பற்றிச் சொல்லாமல் என்னால் இருக்கமுடியாது. பல ஆண்டுகள் கழிந்தபின்னர் திடீரென அவன் நினைவு எழுந்தது. சில விதைகள் ஒரு நாளில் முளைவிடும். மூங்கிலுக்கு ஐந்து வருடங்கள் தேவை. பேரிச்சம்பழ விதைகள் ஆயிரம் வருடங்கள் கூட எடுக்குமாம். அப்படி வைத்துக்கொள்வோம். கமாறாவிடம் இருந்து கற்றுக்கொண்டதே அதிகம். ஆப்பிரிக்காவில் எல்லோருமே கறுப்பானாலும் இவன் மாத்திரம் உயரமாக மினுங்கியபடி இருப்பான். அவனை முதன்முதல் காணும்போதே 'கரிய செம்மல்' என மனதிற்குள் நினைத்துக்கொண்டேன். கதவைச் சாத்தி அடித்தது போல முகம். எந்த இக்கட்டான சமயத்திலும் சிரிப்புத்தான். பற்கள் வரிசையாகப் பளிச்சென்று நடுவிலே ஓட்டையுடன் இருக்கும். இன்னொரு சின்னப் பல்லை அங்கே நுழைத்துவிடலாம்.

ஸ்வீடனுக்கு மரம் ஏற்றுமதி செய்யும் கம்பனியில் கமாறா 20 வருடம் வேலை செய்கிறான். நான் கம்பனியில் சேர்ந்து ஆறுமாதம் இருக்கும். நீ ஏன் இரண்டு நாளாக வேலைக்கு வரவில்லை என்று கேட்டேன். இந்தச் சாதாரண கேள்விக்கு விடை தேடுவதுபோல அங்குமிங்கும் பார்த்தான். தலையிலே இருந்த வலைப்பின்னல் தொப்பியை எடுத்துக் கையிலே பிடித்து அதை உற்று நோக்கினான். அதிலே பதில் இல்லை. முகத்திலே ஆரம்பித்த சிரிப்பு இன்னும் அங்கேயே இருந்தது. என்னுடைய கேள்விக்கு வழக்கமான பதில்கள் கிடைக்கும் என எதிர்பார்த்தேன். கூரை காற்றுக்குப் பறந்துபோனது. மலேரியாக் காய்ச்சல் தாக்கிவிட்டது. அல்லது தாத்தா இறந்து போனார். இவன் பேசியபோது பல்நீக்கலால் காற்று வந்தது அல்லது துப்பல் வந்தது. 'ஏன், எங்கள் ஊருக்குள் காட்டுப்பன்றி வந்து விட்டது. அதைச் சுற்றி வளைத்துப் பிடித்து கொன்று இறைச்சியைப் பங்குபோட்டு இரண்டு நாட்கள் கொண்டாடினோம். சுவையான இறைச்சி. அதனால் வேலைக்கு வரமுடியவில்லை.'

மீதியை மற்றவர்கள் சொல்லித் தெரிந்துகொண்டேன். இவன் எந்தவிதமான பாவ காரியங்களும் செய்யத் தயங்கான் ஆனால்

பொய் மாத்திரம் சொல்ல மாட்டான். அவனிடமே ஒரு நாள் கேட்டேன். 'நீ பொய் பேசமாட்டியாமே?' அவனே சொன்னான், 'ஏன் ஐயா, அது சாவான பாவம் அல்லவா?' இன்னொரு விநோத மான பழக்கமும் அவனிடம் இருந்தது. ஏன் என்ற கேள்வியோடு தான் பேச ஆரம்பிப்பான். அவனுக்கு 50 பவுண் கடன் தேவையாக இருக்கும். இப்படித்தான் கேட்பான். 'ஏன் நீங்கள் எனக்கு 50 பவுண் கடன் தரக்கூடாது?'

கமாறா வருவதைக் கண்டாலே எல்லோருக்கும் ஓர் எள்ளலும் நகைப்பும்தான். அவனுடைய உத்தியோகம் கடைநிலைக்கு ஒரு படி மேலே. மேல் நிலைக்கு ஏழு படி கீழ். ஒரு கோடியில் இருந்த குட்டி மேசையில் உட்கார்ந்து நாளேடு ஒன்றில் என்னவோ குறிப்புகள் எழுதிக்கொண்டிருப்பான். அவன் என்ன வேலை செய்கிறான் என்பது யாருக்கும் தெரியாது. அவன் குறிப்புகள் எங்கே போய்ச் சேருகின்றன, கம்பனியின் பிரம்மாண்டமான பற்களில் எங்கே அது போய் மாட்டுகிறது என்பதெல்லாம் யாரும் அறியாத மர்மம். நாலு நாள் தொடர்ந்து அவன் வேலைக்கு வராவிட்டால் என்ன ஆகும்? அதுவும் ஒருவருக்கும் தெரியாது. எப்பவோ ஸ்வீடன் நாட்டு அதிகாரி ஒருவர் தொடங்கி வைத்தது. அவன் விசுவாசமாக அதைச் செய்துகொண்டிருந்தான். பல்பு எரிவதுபோல அவன் மூளை ஒருநாள் பிரகாசிக்கும் என்று எவரும் எதிர்பார்ப்பதுமில்லை.

ஒருநாள் அவன் தனக்கு மூன்று மனைவியர் என்று என்னிடம் சொன்னான். ஆனால் மூன்று மனைவியரும் அவனைவிட்டு விலகிவிட்டனர். மூன்றாவது மனைவியின் மேல்தான் அவனுக்கு ஆற்றமுடியாத கோபம். அவளுக்குச் சீதனமாகக் கொடுப்பதற்கு பணம் போதவில்லை. அவன் வீட்டு தகரக் கூரையைக் கழற்றி விற்று வைக்கோல் கூரை போட்டான். மிஞ்சிய காசில் ஆடுகளை வாங்கி சீதனமாகக் கொடுத்தான். அவனுடய தாயார் அவன் செய்த மோட்டு வேலைக்கு திட்டினார்.

முதல் மனைவிக்கு சீதனமாக இரண்டு ஆடுகள் கொடுத்து அவளை மணமுடித்தான். ஆனால் திருமணம் ஆறு மாதத்திற்கு மேலே நீடிக்கவில்லை. அந்தப் பெண்ணுக்கு ஒரு பழைய காதலன் இருந்தான். அவனுடன் ஒரு நாள் அதிகாலை ஓடிவிட்டாள். ஆனால் கமாறா ஒன்றும் மனம் உடைந்துபோய் உட்கார்ந்துவிட வில்லை. பெண்ணின் தகப்பனிடம்போய் சீதனமாகக் கொடுத்த இரண்டு ஆடுகளையும் திருப்பிக் கேட்டான். ஓர் ஆட்டை அவர் அடித்துத் தின்றுவிட்டார். இன்னொரு ஆட்டை விற்றுவிட்டதாகச் சொன்னார். அந்தக் காசைக் கேட்டபோது அவர் கொஞ்சம் கொஞ் சமாகத் தருவதாகச் சொன்னார். ஆனால் ஒரு சதமும் கடைசியாகத் தேறவில்லை.

இரண்டாவது மனைவிக்கு மூன்று ஆடுகள் கொடுத்து கூட்டி வந்தான். அவள் பெரிய அழகியாக இல்லாவிட்டாலும் தலைக் கனம் கூடியவள். தன் அழகுக்கு குறைந்தது ஆறு ஆடுகளாவது கொடுத்திருக்கவேண்டும், தன் மதிப்பு கிராமத்தில் குறைந்துவிட்டது என ஓயாமல் நினைவூட்டினாள். கேவலம் மூன்று ஒடிசல் ஆடு களைக் கொடுத்து தன் தகப்பனை ஏமாற்றிவிட்டதாகப் போவோர் வருவோரிடம் புலம்பினாள். அவளுடன் வாழ்வது கமாறாவுக்கு நரகமாகிவிட்டது. 'உன் அழகை நீயே வைத்திரு' என்று கூறி ஒருநாள் அவளைத் தகப்பனிடம் திருப்பி அனுப்பிவிட்டான். தகப்பன் நேர்மையானவர். மூன்று ஆடுகளையும் திருப்பிக் கொடுத்தார். அது போட்ட குட்டியை மாத்திரம் தன்னிடம் வைத்துக்கொண்டார். அத்துடன் இனி மணம் செய்வதில்லை என்ற தீர்மானத்தில் கமாறா இருந்தான்.

மனைவியைப் பராமரிப்பதிலும் பார்க்க மூன்று ஆடுகளைப் பராமரிப்பது அவனுக்கு எளிதானதாக இருந்தது. அவனுடைய தாயார் சொன்னார் 'நீ எத்தனை ஆடுகளையும் வைத்திரு. பிரச்சினை இல்லை. அவை பிள்ளை கொடுக்காது. ஒரு மனைவி தான் பிள்ளை கொடுப்பாள்.' மூன்றாவது மனைவி பேரழகி என்று கிராமத்தில் பெயர் பெற்றவள். அவளுக்காகத்தான் கூரையை விற்றான். ஆறு ஆடுகள் கொடுத்து அவளைக் கொண்டுவந்தான். அவனுடைய வயது ஏறஏற மனைவிமாரின் விலையும் ஏறியது. விலைக்குத்தக்க பொருள் என்று நினைத்தான். அவள் உயரமாகவும் அழகாகவும் இருந்தாள். அவளுடைய தலையலங்காரம் பற்றி ஊரில் பேச்சாக இருந்தது. தூரத்தில் நடந்துவரும்போதே தட் தட்டென நிலம் அதிரும். ஏதோ கேள்வி கேட்க அப்போதுதான் நினைத்தவள் போல உதடுகள் சற்று பிரிந்திருக்கும். அதற்காக இன்னொரு கூரையைக்கூட விற்கலாம். ஆனால் அவள் குரல்தான் அவனிடம் வரும்; முகம் வேறெங்கோ பார்க்கும்.

எல்லாம் நல்லாய்த்தான் போய்க்கொண்டிருந்தது. பிரச்சினை ஆரம்பித்தது ஓர் இரும்புச் சீப்பினால்தான். அதற்கு ஓய்வு கொடுக்காமல் எந்த நேரமும் தலையைச் சீவி தன்னை அழகு படுத்திக்கொண்டே இருப்பாள். விதம் விதமான அலங்காரம் செய்வாள். ஊர்ச் சிறுமிகளை கூட்டிவைத்து அவர்களுக்கும் சோடனை செய்வாள். வயலுக்குப் போகமாட்டாள். சந்தைக்குப் போகமாட்டாள். பாதை முடிந்து எங்கே குடிசை ஆரம்பிக்கிறதோ அங்கே மணித்தியாலக் கணக்காக காலை நீட்டி உட்கார்ந்திருப்பாள். ஒருநாள் எரிச்சலில் கமாறா அவளுடைய இரும்புச் சீப்பை பறித்து வீசினான். அவளுக்கும் கோபம் வந்துவிட்டது. மூட்டையைக் கட்டிக்கொண்டு புறப்பட்டுவிட்டாள். அன்றிலிருந்து கமாறா

மாமனாரிடம் ஆடுகளைத் திருப்பித் தந்துவிடும்படி நடையாய் நடக்கிறான். அவர் மறுத்துவிட்டுச் சொல்கிறார் 'என்னால் ஆடுகளையும் பராமரித்து உன் மனைவியையும் பராமரிக்கமுடியாது. நான் என்ன அவளைப் பிடித்தா வைத்திருக்கிறேன். அழைத்துக் கொண்டு போ.' கடைசியில் ஆடும் இல்லை மனைவியும் இல்லை என்று ஆகி விட்டது.

அந்த அலுவலகத்தில் என்ன நடந்தாலும் உண்மை அறிய வேண்டுமானால் கமாறாவை விசாரித்தால் போதும். அவன் வாயி லிருந்து பொய் வராது. அவனுக்கு யோசிக்கும் திறன் கிடையாது, மூளை வளர்ச்சி இல்லை, பாவப்பட்டவன் என எண்ணியவர்கள் பலர். இன்னும் சிலர் அவன் மேலதிகாரிகளுக்கு கோள் மூட்டு கிறான் என்றும் நினைத்தனர். இதனால் அவனுடன் வேலை செய்த வர்களுக்கு இவன் ஒரே தலைவலியாக இருந்தான். அவனாக வந்து ஒரு முறைப்பாடும் கொடுத்தது கிடையாது. விசாரணை என்று வரும்போதுதான் அவன் கொடுக்கும் வாக்குமூலம் மற்றவர்களுக்கு எதிராகப் போனது. அதிகாரிகள் அவன் சொல்வதையே நம்புவார் கள் என்பது எல்லோருக்கும் தெரியும்.

ஆனால் இந்த உலகத்தில் இப்படியானவர்களுக்குத்தானே எதிரிகள் அதிகம். ஸ்வீடன் தேசத்திலிருந்து வந்து கம்பனியை ஆண்ட தலைவருக்கு யாரோ கமாறா மரம் திருடுகிறான் என எழுதி விட்டார்கள். அவரும் அதை விசாரிக்கும்படி கூறினார். நான் நம்ப வில்லை. யாரோ வேண்டாதவர்கள் அவன்மேல் அநியாயத்துக்கு பழி சூட்டப் பார்க்கிறார்கள் என்று பேசாமல் விட்டுவிட்டேன்.

மூன்று வருடத்துக்கு ஒரு முறை ஸ்வீடனிலிருந்து கம்பனிக்கு புதிய தலைவரை அனுப்புவார்கள். அவர்தான் முதன்மை நிறை வேற்று அதிகாரி. அப்பொழுதெல்லாம் அந்த வார்த்தை கிடையாது. பெரியவர் அல்லது தலைவர் என்றுதான் அவர் அழைக்கப்பட்டார். எனக்கு வாய்த்த அதிகாரி ஓர் இடத்தில் நிற்கமாட்டார். இன்ன வேகத்துக்கு இத்தனை சம்பளம் என்பதுபோல் ஸ்வீடன் மிதியடியில் ஓடிக்கொண்டே பேசுவார் அல்லது பேசிக்கொண்டே ஓடுவார். ஆப்பிரிக்கக்காட்டு மரங்கள் நாளைக்கே முடிந்துவிடும், அவற்றை இன்றைக்கே ஏற்றுமதி செய்யவேண்டும் என்று அவசரப்படுவார். அதி விலை உயர்ந்த கடிகாரம் கட்டியிருப்பார். அந்தக் காலத்தில் அது பெரும் அதிசயம். திடீரென்று கீக்கீ என்று சத்தமிடும். அவர் அடுத்த பணிக்கு கிளம்பவேண்டும் என்று நினைவூட்டுகிறது. சட்டென்று பாதி வசனத்தில் திசையை மாற்றி ஓடுவார்.

கம்பனி தலைவர் மறுபடியும் ஒருநாள் கமாறா விசயத்தை ஞாபகப்படுத்தினார். இந்தக் கம்பனி வருடாவருடம் பல மில்லியன் பவுண்டுகள் சம்பாதித்து அதை ஸ்வீடனுக்கு அனுப்பிக் கொண்டி

ருந்தது. இந்தச் சிறிய திருட்டைக் கண்டுபிடித்து அவர்கள் தங்கள் லாபத்தை பெரிதாக கூட்டப் போகிறார்களா? இருபது வருடத்தில் நான் எங்கே போய் இந்தத் திருட்டை தேடுவது. இதைக் கண்டு பிடிப்பதற்கு நான் இரவும் பகலும் அல்லவா உழைக்க வேண்டும். மறுபடியும் அதை வேலை மும்முரத்தில் மறந்து போனேன்.

ஒருநாள் ஏதோ தோன்றி கமாறாவைக் கூப்பிட்டு அவனிடமே கேட்டேன். அவன் மறுப்பான் என நினைத்தேன். 'ஏன் கேட்கி றீர்கள். ஆமாம் நான் திருடினேன்' என்றான் ஒருவித ஒளிவு மறைவு மில்லாமல். மூன்றுதரம் திருடியிருப்பதாகச் சொன்னான். எவ்வளவு தொகை என்றதும் மிகச் சரியாக 18 பவுண்டு 8 சிலிங் என்றான். என்ன என்ன தேதிகளில் திருடினான் என்று கேட்டபோது அது அவனுக்கு நினைவில் இல்லை. திருடிய கணக்கை எதற்கு சரியாக நினைவில் வைத்திருக்கிறான் என்ற கேள்விக்கு ஒரு காலத்தில் அதைத் திருப்பிக் கொடுக்கவேண்டும். ஆகவே குறித்து வைத்திருப்ப தாகச் சொன்னான்.

'உனக்கு சம்பளம் போதாதா? எதற்காகத் திருடினாய்? பொய் சொல்வது பாவம் என்றெல்லாம் போதித்தாயே? திருடுவதும் பாவம்தானே.' 'ஏன் சம்பளம் போதாது. எல்லாம் என் அம்மாவால் வந்த வினை. மணமுடிக்கச் சொல்லி வற்புறுத்தினார். ஆடு வாங்கப் பணமில்லை, ஆகவே திருடினேன். திருடுவது ஒன்றும் பெரிய பாவமில்லை. எங்கள் பாதிரியார் கூறுவார் பொய் சொல்பவர்கள் இரட்சிக்கப்படமாட்டார்கள். அவர்களுக்கு நித்திய ஜீவன் கிடைக் காது. பொய்யை நிறுத்தினால் மற்ற எல்லா பாவங்களும் நாளடை வில் மறக்கப்பட்டுவிடும். பொய்தான் பாவங்களுக்கு எல்லாம் தாய். பைபிளில் சொல்லப்பட்ட சாவான பாவம்.'

அது என்ன சாவான பாவம்?

ஏன் ஐயா உங்களுக்குத் தெரியாததா? கடவுள் ஆதாமுக்குச் சொன்னது என்ன? ஏதேன் தோட்டத்து மரத்தில் இருக்கும் கனியை மட்டும் புசிக்கவேண்டாம் என்பதுதானே. ஏவாளுக்கும் அது தெரிந்தது. சர்ப்பம் ஏவாளிடம் வந்து 'நீ இந்தப் பழத்தை புசி. கடவுளுக்கு இருக்கும் வல்லமை உனக்கும் வந்துவிடும்' என்றது. அவள் புசித்ததும் என்ன நடந்தது? சர்ப்பம் தரையில் ஊர்ந்து செல்லவேண்டும் என கடவுள் சபித்தார். சர்ப்பம் கூறிய பொய்தான் பைபிளில் சொல்லப்பட்ட முதல் பாவம். சாவான பாவம்.

திருடுவது அப்படி ஒன்றும் பெரிய குற்றமில்லை என்று நான் எப்படி தலைவருக்கு சொல்லமுடியும். அவருக்கு செயலதிகாரியாக இருந்தது ஒரு முலாட்டோ பெண். கறுப்புக்கும் வெள்ளைக்கும் இடைப்பட்ட நிறம் என்பதால் தோல் தங்கமாக மினுமினுக்கும்.

இயற்கையாகவே சுருட்டையான அவளுடைய முடியை நெருப்பிலே சூடாக்கிய இரும்புச் சீப்பினால் இழுத்து இழுத்து நேராக்கியிருப் பாள். காற்றடிக்கும்போது கேசம் அலைஅலையாகப் புத்தகத்தின் பக்கங்கள் போல ஒரு பக்கமாக வீசும். காற்று திசை மாறும்போது கேசமும் மாறும். தன் அழகை ஒரு நிமிடம்கூட வீணாக்க மாட்டாள். சங்கடமான சங்கதிகளை அதனால் சுலபமாகத் தீர்த்து வைப்பாள். ஒருநாள் என்னிடம் சொன்னாள், 'கமாறாவின் விவகாரத்தை மூன்று நாட்களுக்குள் முடிக்கவேண்டும். அல்லது நான் முடித்துவைப்பேன்.'

விசயம் கையைவிட்டுப் போய்க்கொண்டிருந்தது. ஒருவன் குற்றத்தை ஒப்புக்கொண்டால் மட்டும் போதாது, அது கோர்ட்டிலே நிரூபிக்கப்படவேண்டும். வேறு வழியில்லை. ஒருநாள் 20 வருடத்து கணக்கு புத்தகங்கள், நாளேடுகள், ரசீதுகள், வாசல் சீட்டுகள் என சகலத்தையும் அள்ளிக்கொண்டு வந்து வீட்டுக் கூடத்திலே போட்டேன். வீடு ஒரே புழுதியில் மூழ்கிவிட்டது.

மூன்று நாட்களுக்கிடையில் கணக்கை எப்படியும் தீர்த்துவிட வேண்டும் என முடிவெடுத்து வேலையைத் தொடங்கினேன். ஆனால் நான் நினைத்ததுபோல அது அத்தனை சுலபமில்லை. எங்கே தொடங்குவது என்றே தெரியவில்லை. மனைவி விலைப் பட்டியை ஒவ்வொன்றாக வாசிக்க நான் நாளேட்டை சரிபார்த் தேன். முதல் நாள் 12 மணிநேரம் வேலை செய்தும் ஒன்றுமே கண்டுபிடிக்க முடியவில்லை. அடுத்த நாள் மனைவியின் குரல் கசகச என்று விட்டுப்போனதால் மகன் வாசித்தான். அன்று 6 பவுண் 2 சிலிங் திருட்டு கண்டுபிடிக்கப்பட்டது. அதற்கு அடுத்தநாள் முடிந்தபோது 6 வருடம் கடந்திருந்தது. மூன்றாம் நாள் மறுபடியும் மனைவி வாசித்தார். இரவு பத்து மணி போல சரியாக 8 பவுண் வித்தியாசத்துக்கான பிடி கிடைத்தது. அடுத்தநாள் வேலை தொடங்கிய போது இன்னும் நாலு வருடம் மிச்சம் இருந்தது. வேலையைத் துரிதமாக்க 4 பவுண் 6 சிலிங் விலைப்பட்டியைத் தேடியபோது அது இரண்டு மணி நேரத்தில் கிடைத்தது. கமாறா சொன்னதுபோல 18 பவுண் 8 சிலிங்குக்கு திருட்டு நடந்திருக்கிறது. இதைக் கண்டுபிடிக்க மூன்றுபேர் நாலு நாள் பாடுபட வேண்டி யிருந்தது.

இரவு படுக்கச் சென்றபோது நான் எதிர்பார்த்த நிம்மதி என் மனதில் இல்லை. ஓர் இடத்தில் லெட்ஜர் ஒரு பக்கம் கிழிக்கப் பட்டிருந்தது. அதற்கு இணையான பக்கம் துணை இல்லாமல் அலைந்தது. கிழிபட்ட பக்கத்து கணக்குகளை நாளேட்டில் ஊகமாகத் தேடியபோது சிலகுறிப்புகள் கிடைத்தன. அதன் நுனியை பிடித்து கோப்புகளுக்குள் நுழைந்தேன். ஒரு கடிதத்தில் சில சங்கேத வார்த்தைகள் காணப்பட்டன. ஆனால் ஒன்றுமே புரியவில்லை.

கமாறா வேலையிலிருந்து இடைநிறுத்தப்பட்டான். அவன் ஒன்றும் துக்கப்பட்டதாகத் தெரியவில்லை. சிரித்தபடியேதான் வெளியேறினான். கோர்ட்டிலே அவனுக்கு குறைந்தது நாலு வருடங் கள் சிறைத் தண்டனை கிடைக்கும் என பேசிக்கொண்டார்கள். இவன் ஒரு பொய் சொல்லியிருந்தால் ஒன்றுமே நடந்திருக்காது. இத்தனை மூடனாக இருக்கிறானே என யோசித்தேன்.

ஆப்பிரிக்க கோர்ட்டு எப்படி செயல்படும் என்று எனக்குத் தெரியாது. ஒருமுறை கிராமத் தலைவர் நடத்திய நீதி பரிபாலனத்தை பார்த்திருக்கிறேன். என்னைக் கவர்ந்தது அவர்கள் பிணக்குகளை தீர்த்துவைக்கும் முறை. இரண்டு சமமான கம்புகளில் நாற்காலியைக் கட்டி நாலு வலுவான இளைஞர்கள் அதைப் பல்லக்குபோல சுமந்து வந்தார்கள். நாற்காலியில் அமர்ந்திருப்பவர்தான் கிராமத் தலைவர். அவர்தான் அன்றைய நீதிபதி. அவர் தலையிலே கட்டிய துணி வளையத்தில் ஒரு வான்கோழி இறகு சொருகியிருந்தது. அதுதான் அடையாளம்.

வழக்காளிகள் இருவரும் இரு பக்கமும் தங்கள் தங்கள் சேவல் களுடன் நிற்பார்கள். நடுவிலே தலைவர் சிம்மாசனம் போன்ற ஓர் ஆசனத்தில் அமர்ந்திருப்பார். இரண்டு பெண்கள் சாமரம் வீசுவார் கள். வழக்காளிகள் தங்கள் பக்க வழக்கைச் சொல்ல, நீதிபதி இருவரிடமும் மாறி மாறிக் கேள்விகள் கேட்பார். சாட்சிகளும் விசாரிக்கப்படுவார்கள். பின்னர் தீர்ப்புச் சொல்லும் நேரம். வழக்கில் வென்றவர் எதிராளியின் சேவலையும் எடுத்துக்கொண்டு போவார். சிலவேளை வழக்கு எக்கச்சக்கமாக தீர்ப்பு வழங்க கடினமானதாக இருந்தால் வழக்காளிகள் தங்கள் தங்கள் சேவல்களுடன் வீடு திரும்பு வார்கள். ஓரொரு சமயம் தலைவர் இரண்டு சேவல்களையும் பறித்துக்கொள்வார். தலைவரின் அன்றை பசி நிலை அதைத் தீர்மானிக்கும். இப்படி மிக எளிய முறையில் பிணக்குகள் தீர்த்து வைக்கப்படும்.

கோர்ட் தேதிக்கு முதல் நாள் நான் ஆயத்தம் செய்தேன். என்ன என்ன தேதிகளில் எவ்வளவு மரங்கள் களவாடப்பட்டன, அவற்றின் விலை போன்ற விவரங்களைப் பதிந்து கூட்டி திருட்டுக் கணக்கை கச்சிதமாக எழுதி முடித்தேன். சங்கேத வார்த்தையில் எழுதிய கடிதத்தை மறுபடி படித்தபோது விசயம் சட்டென்று புரிந்தது. நாலு வருடங்களுக்கு முன்னர் காட்டுவாசிகளுக்கு கொடுக்க வேண்டிய உரிமைப்பணத்தில் பெரிய பங்கு கொடுக்கப்படவே இல்லை. அந்தப் பணம் தலைவரின் பெயரில் ஸ்வீடன் வங்கி ஒன்றிற்கு அனுப்பப் பட்டிருந்தது. அதற்கு முந்தைய வருடமும் அப்படியே. எழுத்தறி வில்லாத காட்டு மக்கள் பல வருடங்கள் ஏமாற்றப்பட்டிருந்தனர்.

கோர்ட்டிலே நடந்ததுதான் எதிர்பாராதது. நாலு சுவரும் ஒரு மேசையும்தான் நீதிபதிக்கு. சாமரம்கூட இல்லை. வாதிகளும், பிரதிவாதிகளும், சட்ட நிபுணர்களும், பார்வையாளர்களும், சேவகரும் நின்றனர். கமாறா தேவாலயத்து உடையை தரிக்காமல் நீண்டு தொங்கும் மரணச்சடங்கு ஆடையை அணிந்திருந்தான். நீதிபதி என்னிடம் திருடியதற்கு ஏதாவது ஆதாரம் உண்டா என்று விசாரித்தார். 'குற்றம் சாட்டப்பட்ட கமாறா தான் திருடியதாக என்னிடம் ஒப்புக்கொண்டார். ஆனால் கடந்த 20 வருடகால கணக்குகளை ஆராய்ந்தும் திருடியதற்கான எந்தச் சான்றும் எனக்கு கிடைக்கவில்லை.'

நீதிபதி ஆச்சரியத்தோடு என்னைப் பார்த்தார். பின்னர் போதிய ஆதாரம் இல்லாததால் வழக்கைத் தள்ளுபடி செய்தார். கூட்டம் ஆரவாரத்தோடு கலைந்தது. விடுதலையாகியவன் என்னை நோக்கி வந்தான். முகத்தில் வழக்கமான சிரிப்பு இல்லை. கடுகடுவென்று இருந்தது. 'ஏன் ஐயா? சாவான பாவம் உங்களுக்கு, கடவுளே, சாவான பாவம்' என்றான் கரிய செம்மல்.

❑

உங்களுடன் வந்தவர்

இடது பக்க எஞ்சின் அணைந்துவிட்டது என்று விமானி அறிவித்தார். பயணிகளுக்கிடையே ஒரே பரபரப்பு. மூன்றாவது இருக்கையைச் சாய்த்துவிட்டு படுத்துக் கிடந்த பெண் நிமிர்ந்து உட்கார்ந்து 'ஓ' என்று தலையிலே கைவைத்து அழ ஆரம்பித்து விட்டார். விமானப் பணிப்பெண் ஆறுதல் சொன்னார். 'ஒன்றுதான் அணைந்தது. இன்னும் மூன்று எஞ்சின்கள் உள்ளன. பயப்படுவதற்கு ஒன்றுமே இல்லை. அமைதியாக இருங்கள்' என்றார். மூன்றுகூடத் தேவை இல்லை. இரண்டு எஞ்சின்கள் மட்டுமே போதும் என்று எனக்குத் தெரியும்.

பக்கத்தில் இருந்தவரைப் பார்த்தேன். கடும்பச்சை சேர்ட் தரித்து அதற்குமேலே கறுப்பு கோட் அணிந்திருந்தார். நெற்றி நடுவிலே அது வீணாக இருக்கிறது என்பதுபோல ஒரு குங்குமப் பொட்டு. அவர் முகத்திலே ஒரு சலனமும் இல்லை. மாறாக செய்திவரும்போது செல்போன் ஒளிருவது போல முகம் பிரகாசம் கொண்டிருந்தது. அவரும் என்னைப்போல தொழில் விசயமாக பாரிஸ் போகிறார். முதலில் ரியோ போய் அங்கிருந்து பாரிஸ் புறப்படும் விமானத்துக்கு மாறவேண்டும்.

கடந்த நாலு மணிநேரமாக மது அருந்தியபடியே வந்தார். அவருடைய உடைக்கும் மதுவுக்கும் பொருத்தமில்லை. 'ஓய்வில் லாமல் குடிப்பீர்களா?' என்று கேட்டேன். அதுதான் நான் செய்த தப்பு. மனுசர் பேச ஆரம்பித்தார். 'நீங்கள் எந்தக் கலாச்சாரத்தையும் ஆராய்ந்து பாருங்கள். மனிதன் ஆதியிலேயே மதுவைக் கண்டு பிடித்துவிட்டான். மது இல்லாத ஒரு கலாச்சாரமே உலகில் கிடை யாது. உண்மையைச் சென்னால் புளிக்க வைப்பதுடன்தான் மனித னின் நாகரிகம் தொடங்கியது. 4000 வருடங்களுக்கு முன்னர் சுமேரிய மொழியில் எழுதப்பட்ட ஆதி காவியமான கில்காமேஷில் காட்டு மனிதனான எங்கிடுவை நாகரிக மனிதனாக மாற்றுவதற்கு பெண் சொல்வாள் 'உணவைச் சாப்பிடு எங்கிடு. மதுவை அருந்து எங்கிடு. அதுதான் உலக வழக்கம்.' மதுவில்லாமல் மனித வாழ்கையே கிடையாது' என்றார்.

நான் ஒன்றுமே பேசவில்லை. தெரியாமல் சம்பாசணையைத் தொடங்கிவிட்டோம் என மனத்துக்குள் என்னையே திட்டினேன். அவர் விடவில்லை, தொடர்ந்து 'ஆனால் புதன் கிழமைகளில் நான் குடிப்பதே இல்லை' என்றார். ஏன் என்று கேட்டேன். புதன் கிரகத்துக்கு விரதம் இருப்பதாகச் சொன்னார். சனிக்கிரகத்துக்கு விரதம் இருப்பது பற்றிக் கேள்விப்பட்டிருக்கிறேன். ஆனால் புதன் கிரகத்துக்கும் விரதம் அனுட்டிப்பார்கள் என்பது தெரியாது. நான் பேசப் பிரியப்படவில்லை. அவருக்கு போதை கூடிவிட்டது என்று உணர்ந்ததால் மௌனமாக இருந்தேன். விமானம் சம நிலையை அடைந்து நிதானமாகப் பறக்கத் தொடங்கியிருந்தது. பயணிகளும் அமைதி காத்தனர்.

'என்னோடு ஒருவருமே பேச விரும்புவதில்லை. நான் அதற்குப் பழக்கப்பட்டவன்தான். போரைக் காரணம் காட்டி அகதியாக நான் புலம்பெயரவில்லை. அதனிலும் கூடிய கொடுமையைத் தாங்க முடியாமல் நாட்டை விட்டு வெளியேறினேன். 'இறைச்சி தோல் எலும்பிலே இலக்கமிட்டிருக்குமோ' என்று ஒரு பாடல் வரி உண்டு. படித்திருப்பீர்கள். அந்த இலக்கம் என் கண்ணுக்குத் தெரியாது. ஆனால் எல்லோர் கண்களுக்கும் தெரிந்துவிடும். எங்கள் கிராமத்து ஏழைகளுடைய வேலை பணக்காரர்களை மேலும் பணக்காரர் களாக்குவது. பள்ளிப்பாடம் எனக்கு விளையாட்டுப்போல. பரீட்சை எழுதும்போது எல்லாக் கணக்குகளையும் சரியாச் செய்துவிட்டு இரண்டு கணக்குகளை வெட்டிவிடுவேன். ஒருக்காலும் பணக்கார மாணவனை நான் முந்தக்கூடாது. அறிவை மறைப்பதுதான் என் வேலையாக இருந்தது.

கள்ளமாக கனடா வந்து சேர்ந்தேன். ஐந்து வருடம் படித்த படியே வேலை செய்தேன். ஏஜண்டுக்கு தரவேண்டிய முழுப் பணத்தையும் கட்டி முடித்தேன். ஒரு வெள்ளைக்காரரிடம் வேலைக்கு விண்ணப்பித்தேன். நேர்முகத் தேர்வில் ஒரேயொரு கேள்வி கேட்டார். மனிதனின் கால் பின்னுக்கு மடியாமல் முன்னுக்கு மடிந்தால் எப்படி இருக்கும்? நான் நடந்து காட்டினேன். சிரித்துவிட்டார். அபூர்வமான மனிதர். வீதி விதிகளை மீறமாட்டார். கியூ நடுவில் நுழையமாட்டார். யாராவது வாடிக்கையாளர் ஒரு டொலர் அதிகமாகக் கொடுத்தால் பத்து மைல் காரோட்டிச் சென்று அந்தப் பணத்தை திருப்பிக் கொடுப்பார். நான் அப்படியெல்லாம் செய்யமாட்டேன். ஆனால் என்னிடம் ஒரு திறமை இருந்தது. அது திறமை என்பது எனக்குத் தெரியாது. ஒரு தடவை ஒருவரைச் சந்தித் தால் அவருடைய பெயர், குடும்ப விவரங்கள் அத்தனையும் என் மனதில் பதிந்துவிடும். அந்தத் திறமையை தொழிலில் காட்டினேன்.

இங்கே நிறுத்தக்கூடாது ❈ 97

வாடிக்கையாளரின் பெயரைச் சொல்லி நலம் விசாரித்தேன். அவர்கள் வளர்க்கும் நாய்கள், பூனைகளின் பெயர்களையும் நினைவில் வைத்தேன். முழங்கால் அறுவைச் சிகிச்சை குணமடைந்துவிட்டதா எனக் கேட்டேன். உங்கள் பெண்ணின் திருமணம் சிறப்பாக நடந்ததா என்று விசாரித்தேன். அவ்வளவுதான். விற்பனை பெருகியது. வெள்ளைக்காரர் பதவி உயர்வு தந்து என்னைத் தன் கூடவே வைத்துக்கொண்டார்.

'புதனுக்கு விரதம் இருப்பதாகச் சொன்னீர்களே. அப்படி ஒன்று இருக்கிறதா? நான் கேள்விப்பட்டது கிடையாதே.'

'அதைத்தான் சொல்ல வருகிறேன். நானும் என்னுடைய வெள்ளைக்கார முதலாளியும் ஒருமுறை தொழில் விவசயமாக இந்தியா போனோம். அவர் எங்கேயோ நாடி சோதிடம் பற்றி படித்திருந்தார். எனக்கு அதில் எல்லாம் நம்பிக்கை இல்லை. 'வீண்வேலை, போகவேண்டாம்' என்று எச்சரித்தேன். அவர் கேட்கவில்லை. நாலு பேரிடம் விசாரித்து கடைசியில் ஒருவரிடம் அவரை அழைத்துப் போனேன்.

சோதிடக்காரருடைய வீட்டைப் பார்த்து திகைத்துவிட்டேன். மரத்தின் கீழேயோ அல்லது குடிசையிலோ வசிப்பார் என நினைத்திருந்தேன். பெரிய வசதியான வீடு. திறந்தால் கீச்சென்று சத்தமிடும் கேட். சுற்றிலும் புதிதாக எழும்பும் கட்டடங்கள். சோதிடக்காரர் நெற்றியிலே விபூதி தரித்து குங்குமப் பொட்டு இட்டிருந்தார். கறுத்த பெரிய ஆகிருதி. பளபளவென்று மினுங்கும் அரைக்கை சட்டை. கழுத்திலே சங்கிலி. கைவிரல்களில் மோதிரம். பார்க்க ஒரு வியாபாரி போல இருந்தார். பக்கத்திலே ஓலைப் பெட்டி ஒன்றில் பத்துப் பன்னிரெண்டு செல்போன்கள். அவருடைய வாடிக்கையாளர்களிலும் பார்க்க செல்போன்கள் அதிகம் என்று நினைத்தேன். பின்னர்தான் தெரிந்தது அவை எல்லாம் அவருடைய வாடிக்கையாளர்கள் பரிசாகக் கொடுத்தவை என்று. யப்பான், சீனா, இங்கிலாந்து, சுவிட்சர்லாந்தில் இருந்தெல்லாம் அவரிடம் சோதிடம் கேட்க வருவார்கள்.

பூசை அறைக்குள் அழைத்தார். சுவரை நிறைத்து சாமிப் படங்கள். சிவன், காளி, பிள்ளையார், கடலைத் தாண்டும் அனுமன். முதலில் அகஸ்தியருடைய மிதியடியை வணங்கினார். பூவைத்து காலையில் பாத பூசை செய்திருந்தார். பாயிலே அமர்ந்தோம். முதலாளியின் பிறந்த தேதியைக் கேட்டார். பின்னர் கைவிரல் அடையாளத்தை எடுத்துவிட்டு அவருடைய உதவியாளரிடம் ஓலைகளைத் தேடச் சொன்னார். நான் பொறுமையாக இருந்தேன். அரை மணி நேரம் கழிந்தது. அனுமன் இன்னும் கடலைத் தாண்டி

முடிக்கவில்லை. அகஸ்தியருடைய ஓலை என்று ஒன்றைக் கண்டு பிடித்துக் கொண்டு வந்தார் உதவியாளர். மருத்துவர் எக்ஸ்ரேயை தூக்கிப் பார்ப்பதுபோல ஏட்டை தூரப் பிடித்து வாசிக்கத் தொடங்கினார் சோதிடக்காரர். என்னுடைய முதலாளியின் தந்தை பெயரை ரோனால்டு டேவிட்சன் என்று சொன்னார். தாயார் பெயரும் ரேச்சல் என்று சரியாக வந்தது. அவருக்கு மூன்று சகோதர்கள் என்றும் அவர் இரும்பு சம்பந்தமான தொழில் செய்கிறார் என்றும் சொன்னார். அதன் பின்னர் சொன்னதுதான் எனக்கு அதிர்ச்சி. அவருடைய முதலாவது மனைவிக்கு இரண்டு குழந்தைகள் என்றார். இது எனக்குகூட தெரியாத விசயம். முதலாளியைப் பார்த்தேன். அவர் சரியென்று தலை ஆட்டினார். என்னுடைய சந்தேகம் விலகவில்லை. சோதிடக்காரரைப் பார்த்தேன். அவர் ஓலையை நீட்டினார். அவர் சொன்ன விசயங்கள் எல்லாம் ஏட்டில் பழைய காலத்து தமிழ் எழுத்தில் எழுதியிருந்தன. பின்னர் என்னுடைய பிறந்த தேதியையும் ரேகை அடையாளத்தையும் கேட்டார். நான் மறுத்துவிட்டேன். 'நான் ஒன்றும் சோதிடம் பார்க்கப் போவதில்லை. ஒரு பாதுகாப்புக்காக என்னிடம் இருக்கட்டும்' என்றார். சரி என்று பிறந்த தேதியையும் கைரேகையையும் அவரிடம் கொடுத்துவிட்டு நாங்கள் திரும்பினோம்.

ஒருநாள் அதிகாலை எனக்கு தொலைபேசி வந்தது. அதிசயமாக அந்த சோதிடக்காரர்தான் பேசினார். 'உங்களுக்கு சோதிடத்தில் நம்பிக்கை இல்லை என்பது எனக்கு தெரியும். ஆனாலும் ஒன்றே ஒன்று எனக்காகச் செய்யுங்கள். உங்களை பெரிய ஆபத்து நெருங்கி வருகிறது. புஷ்பராகம் கல் பதித்த ஒரு மோதிரம் செய்து விரலில் அணிந்து கொள்ளுங்கள். உடனேயே செய்தால் நல்லது.' அத்துடன் டெலிபோன் துண்டிக்கப்பட்டது. எனக்கு என்ன செய்வதென்று தெரியவில்லை. மனைவி பயத்தில் வெளிறிவிட்டார். மணமுடித்து பத்து வருடம் கழித்து முதன்முதலாக கர்ப்பமாகியிருந்தார். புஷ்பராகம் என்றால் topaz, மஞ்சள் நிறக் கல் என்பது அன்றுதான் தெரிந்தது. என்ன செய்வது என்று முடிவெடுக்க முடியவில்லை. பல நகைக்கடைகளில் ஏறி இறங்கி, ஆராய்ந்து ஒன்றை வாங்கி வலது கை விரலில் அணிந்துகொண்டேன். பிறகு சோதிடர் சொன்ன ஆபத்துக்காகக் காத்திருக்க ஆரம்பித்தேன்.

இரண்டு நாள் கழிந்தது. ஏதோ அவசர வேலையாக நெடுஞ் சாலையில் காரோட்டிக்கொண்டு போனேன். வாகனங்கள் ஒன்றன் பின் ஒன்றாக வேகம் பிடித்து ஓடின. அன்று சாடையான பனித் தூறல் இருந்தது. திடீரென்று எனக்கு முன்னால் பன்னிரெண்டு சில் வைத்த கனரக ட்ரக் வண்டி ஒன்று என்பாதையில் புகுந்தது.

என்னால் முடிந்தமட்டும் பிரேக் பிடித்தேன். ஒன்றுமே ஞாபகம் இல்லை. நினைவு வந்தபோது 'உயிர் இருக்கிறது' என்று யாரோ பேசும் சத்தம் தூரத்தில் கேட்டது. நினைவிருந்தது. ஆனால் என் னால் பேசமுடியவில்லை. கார் நெளிந்து உருண்டு ஒரு சிறு பந்தாக மாறியிருந்ததாக என்னிடம் பின்னர் சொன்னார்கள். கருவில் சிசு இருப்பதுபோல சுருண்டுபோய் நான் கிடந்தேனாம். உருக்கு மெசின் கொண்டு வந்து காரை வெட்டி என்னை விடுவிக்க முயற்சிப்பதை என்னால் உணர முடிந்தது. மருத்துவமனையில் ஒருநாள் முழுக்க என்னைச் சோதனை செய்தார்கள். உடம்பில் ஒரு கீறல்கூட இல்லை. மருத்துவ சரித்திரத்தில் அவிழ்க்க முடியாத புதிர்களின் எண்ணிக்கை ஒன்று கூடியது.

எப்படியும் இந்தியா சென்று ஒரு முறை நாடி சோதிடக் காரரைச் சந்திக்கவேண்டும் என்ற ஆவல் எழுந்தது. மனைவியும் போய் வாருங்கள் என்று தூண்டினார். என்னைப் பார்த்து சோதிடர் ஆச்சரியப்படவே இல்லை. எதிர்பார்த்தார் என்றே தோன்றியது. என்னுடைய பெற்றோர், சகோதரர், மனைவி, தொழில் ஆகிய விவரங்களை மிகச் சரியாகச் சொன்னார். ஒரு முக்கியமான விசயத்தில் தப்பு செய்துவிட்டார். என் மனைவி வயிற்றில் இருக்கும் சிசு ஆண் என்றார். ஆனால் ரொறொன்ரோவில் மருத்துவமனை யில் ஸ்கான் எடுத்துப் பார்த்ததில் பெண் என்றே தெரியவந்தது. சோதிடக்காரரிடம் அதைச் சொன்னேன். 'இதை நான் எழுத வில்லை. ஆயிரம் வருடங்களுக்கு முன்னர் அகஸ்தியர் எழுதி வைத்தது. இந்த ஏடு சொன்னது சரியாகும் பட்சத்தில் நீங்களும் மனைவியும் குழந்தையும் வந்து ஒரு பரிகாரம் செய்ய வேண்டும்' என்றார்.

சோதிடக்காரர் சொன்னதுபோல ஆண்குழந்தைதான் பிறந்தது. நானும் மனைவியும் குழந்தையுடன் சோதிடக்காரரிடம் சென்றோம். எனக்கு கூச்சமாக இருந்தது. குழந்தையைத் தரையில் கிடத்திவிட்டு தலை குனிந்து நின்றேன். 'உலகத்திலேயே புதனுக்கு ஒரேயொரு கோயில் திருவெண்காட்டில் உள்ளது. புதன்தான் கல்விக்கும், ஞானத்துக்கும், வித்தைக்கும் அதிபதி என்பது உங்களுக்குத் தெரியும். ஏற்கனவே பிள்ளையின் பெயரை நீங்கள் வைத்திருப்பீர்கள். பெண் என்றால் ஞானாம்பாள் உகந்த பேர்.. இது ஆண் குழந்தையான படியால் நீங்கள் சூட்டிய பெயர் வித்தியாகரன் என்றுதான் இருக்கும். நானும் மனைவியும் ஒருவரை ஒருவர் பார்த்தோம். பின்னர் வாயடைத்துப்போய் நின்றோம்.

பெரிய பெரிய மரங்களுக்கிடையில் ஒரு சின்னக் கோயில். ஆதியில் எங்கள் அரசர்கள் எல்லாம் மரத்தைத்தானே வழிபட்டார்

கள். மிகப் பெரிய வேப்பமரம் ஒன்று கிளைபரப்பி நின்றது. அங்கே வழங்கிய ஐதீகத்தின்படி ஒரு கல்லிலே ரூபா நோட்டைச் சுற்றி அந்த மரத்திலே கட்டவேண்டும். நூறு ரூபாய் தாளைக் கல்லிலே சுற்றி தொங்கவிட்டோம். நாங்கள் திரும்பியதும் அது அறுந்து விழுந்தது. என்னிடம் பிள்ளையைத் தந்துவிட்டு மனைவி கட்டினார். அப் பொழுதும் அறுந்தது. பலமுறை முயற்சி செய்தும் பலிக்கவில்லை. அந்தச் சமயம் கோயிலுக்கு உள்ளே இருந்து ஒரு வாலிபர் வந்தார். மேல்சட்டை அணியாத மெல்லிய உடம்பு. நெற்றியிலே குங்குமப் பொட்டு. இடுப்பிலே கடும்பச்சை நிறச் சால்வை. தோளைத் தொடும் முடி. ஒன்றுமே பேசவில்லை. சிரித்தபடி மனைவியிடம் கல்லை வாங்கி ரூபாவைச் சுற்றிக் கட்டி தொங்கவிட்டார். அது அப்படியே நின்றது.

குழந்தையை அவரிடம் கொடுத்துவிட்டு நாங்கள் இருவரும் குளத்திலே மூழ்கினோம். ஈர உடையோடு 17 தீபம் ஏற்றி 17 தடவை வலம் வரச் சொன்னார். அதுதான் அங்கே அனுசரிக்க வேண்டிய முறை. அவர் முன்னின்று கிரமமாக பூசைகளை நடத்தித் தந்தார். அடுத்து 17 பேருக்கு உணவளிக்க வேண்டும். 16 அல்ல 18 அல்ல சரியாக 17 பேர்கள். 16 பேர் வந்து சேர்ந்து விட்டார்கள். இளைஞருடன் சேர்த்து 17 பேர். உணவருந்த எல்லோரும் அமர்ந்து விட்டார்கள். உணவு பரிமாறும் நேரம் ஒரு கிழவர் அவசரமாக ஓடி வந்தார். இளைஞர் எழும்பி தன் இடத்தை அவருக்கு கொடுத்து தான் பின்னர் சாப்பிடுவதாகச் சொன்னார். பரிகாரம் வெற்றிகரமாக முடிந்தது. அர்ச்சகரிடம் விடைபெற்றோம். பெரும் பாரத்தை இறக்கியதுபோல மனம் ஆறுதலடைந்தது. இளைஞரைத் தேடினோம். காணவில்லை. அர்ச்சகரிடம் இளைஞர் எங்கே என வினவினோம். அவர் ஆச்சரியப்பட்டார். 'எனக்கு என்ன தெரியும். அவர் உங்களுடன் வந்தவர் அல்லவா?' என்றார். நான் 'இல்லை. அவர் கோயிலுக்குள் இருந்துதான் வந்தார்' என்றேன். 'அவரை நான் இதற்கு முன்னர் பார்த்தது கிடையாது' என்றார் அர்ச்சகர்.

கறுப்பு, சிவப்பு சீருடை விமானப் பணிப்பெண் சுறுசுறுப்பாக இயங்கினார். இவர் மறுபடியும் ஒரு கிளாஸ் மது வாங்கி அருந்தினார். 'இன்னும் அரை மணி நேரத்தில் விமானம் தரை இறங்கிவிடும்' என்று அறிவிப்பு வந்தது. 'உங்களுடைய கடும் பச்சை நிற சேர்ட்டுக்கு ஏதாவது பொருள் இருக்கிறதா?' என்று கேட்டேன். 'ஓ மன்னிக்கவும். நான் சொல்லவில்லையா? கடும்பச்சைதான் புதனுடைய நிறம். புதனுடைய எண் 17. என்னுடைய இருக்கை எண் 17. பார்த்தீர்களா? 17 எண் கிடைக்காவிட்டால் நான் பயணப்படவே மாட்டேன். புதனிலிருந்து வரும் ஒளியை நாயுருவி செடி உறிஞ்சி

இங்கே நிறுத்தக்கூடாது ❋ **101**

வைத்துக்கொள்ளும் என்று பெரியவர்கள் சொல்வார்கள். பலருக்கு இது தெரியாது.' விரலிலே அணிந்திருந்த புஷ்பராகம் மோதிரத்தைக் காட்டினார். 'இது இல்லாமல் நான் வெளியே புறப்படுவதில்லை' என்றார். 'இதை அணிந்தால் மரணம் வராதா?' 'நோ, நோ அப்படியில்லை. விபத்தினால் உங்களுக்கு மரணம் நேராது.'

சிறிது நேரம் அவர் சொன்னதை யோசித்தேன். விஞ்ஞான மனம் அதை ஏற்றுக்கொள்ளத் தயங்கியது. 'நானும் புஷ்பராகம் மோதிரம் அணியலாமா?' 'அணியலாம், ஆனால் எந்தப் பிரயோசனமும் கிடையாது. ஒருவருடைய நாள், நட்சத்திரம், கைரேகை இவைதான் அதைத் தீர்மானிக்கும். உங்களுக்குப் புரியலாம். புரியாமல் போகலாம். நம்பலாம். நம்பாமல் போகலாம். ஆனால் மனித மூளைக்கு அப்பாற்பட்ட விசயங்கள் நடந்துகொண்டுதான் இருக்கின்றன. புதன், சூரியனைச் சுற்றி வர எடுக்கும் நாட்கள் 88. புதனுக்கான ஒரு விரதம் உண்டு. நாயுருவி செடிக்குத் தொடர்ந்து 88 நாட்கள் பூசை செய்யவேண்டும். நான் செய்திருக்கிறேன். அது விளைவித்த அற்புதங்களை நான் ஒருவருக்கும் சொன்னது கிடையாது. சொன்னாலும் நம்பப்போவதில்லை. ரியோவில், பாரிஸ் போகும் விமானத்துக்கு நாங்கள் மாறவேண்டும். பாரிஸ் பயணத்தின்போது விவரமாகப் பேசுவோம். இப்ப விமானம் தரையிறங்கத் தொடங்கிவிட்டது' என்றார்.

ரியோவில் நாலு மணி நேரம் காத்திருப்பு. காலியோ விமான நிலையத்தில் ஒருவரும் நடக்கவில்லை. சில்லுவைத்த பயணப்பெட்டிகளை இழுத்துக்கொண்டு ஓடினார்கள். எங்கேயும் எப்பவும் ஏதாவது உணவு மணம் வீசியது. மிகாஸ் என்ற போர்த்துக்கேய உணவு பிரபலமானது என்று கேள்விப்பட்டிருந்தேன். அதைச் சாப்பிட்டுவிட்டு ஒன்றோடு ஒன்று இணைத்திருக்கும் இருக்கை ஒன்றில் அமர்ந்தேன். ஆங்கிலத்தில் 'நேரம் ஓடுகிறது' என்று சொல்வார்கள். ஸ்பானிஷ் மொழியில் 'நேரம் நடக்கிறது' என்பார்கள். அதுவும் தண்ணீருக்குள் நடப்பதுபோல மெதுவாக நகர்ந்தது. கால்களை நீட்டி, மாறி மாறி நிழல்கள் செய்துகொண்டு காத்திருந்தேன்.

இரவு பத்து மணிக்கு பாரிஸ் விமானத்தில் ஏறச் சொல்லி அறிவிப்பு வந்தது. உள்ளே ஏறி அமர்ந்துகொண்டு என்னுடன் வந்தவரைத் தேடினேன். ஒருவர் பின் ஒருவராக நுழைந்த பயணிகளின் முகங்களை ஆர்வமாக உற்று நோக்கினேன். அவரைக் காணவே இல்லை. என்னைப்போல அவருக்கும் பாரிஸில் அவசர வேலை இருந்தது. எந்த நிமிடமும் பணிப்பெண் கதவைச் சாத்தக் கூடும். அவரிடம் 'என் நண்பர் வரவேண்டும்' என்றேன். பணிப் பெண் அதிசயமாக என்னைப் பார்த்து 'தலை எண்ணிக்கை சரியாக

இருக்கிறது என்றார். 'இல்லை, அவர் வந்துவிடுவார்' என்றேன். 'உங்களுடன் வந்தவரா? என்ன பெயர்?' என்றார். எனக்குத் தெரிய வில்லை. 'எப்போது விமானம் புறப்படும்?' 'ஏறக்குறைய இப்போ' என்றார் பணிப்பெண். பின்னர் வாய் கோண ஒரு சிரிப்பு சிரித்தார். கதவு பூட்டப்பட்டது.

குறிப்பு : அன்று ரியோவிலிருந்து பாரிஸுக்குப் புறப்பட்ட ஏர் பிரான்ஸ் விமானம், பறப்பு எண் 447, இரவு 2.10 அளவில் அட்லாண்டிக் சமுத்திரத்தில் மூழ்கியது. வருடம் 2009, ஜூன் முதல் தேதி. 228 பயணிகளும், விமான பணியாளர்களும் இறந்துபோயினர். ஒருவரும் உயிர் தப்பவில்லை.

❏

மொழிபெயர்ப்புச்
சிறுகதைகள்

மாவோவுக்காக ஆடை களைவது

தைலா ராமானுஜம்
தமிழில்: அ.முத்துலிங்கம்

'அம்மா, ஹொட்டல் தொலைபேசி எண்ணை எந்த நேரமும் ஞாபகமாக உன் கைப்பையில் வைத்திரு. உன்னை எனக்குத் தெரியும். விட்டுவிட்டு எரியும் நியோன் விளக்கு அம்புக்குறி இருந்தால்தான் உன்னால் கழிவறையைக் கண்டுபிடிக்கமுடியும்.'

'மகளே, இதற்கு முன்னர் நான் வெளிநாட்டுக்கு பயணமே செய்ததில்லையா?'

'அம்மா, ஆசியா புடாபெஸ்ட் இல்லை; அங்காரா இல்லை. மன்னிக்க வேண்டும், டாக்டர் விபிக்கா அவர்களே, சியோல் விமான நிலையத்தில் சில மணிநேரம் தங்கியதை ஆசியப் பயணத்தில் சேர்க்க முடியாது.'

விபிக்காவுக்கு தன்னுடைய மகளின் அதிகாரமான குரலை தொலைபேசியில் கேட்கப் பிடிக்கும். எல்லாம் அறிந்தவள். வாஷிங்டன் தெருக்களில் உலக நடப்பை மெத்தத் தெரிந்துகொண்ட ஒருவரின் இளங்குரல். குழந்தையாக இருந்தபோது பட்டாணிக் களியை அவள் சின்ன வாய்க்குள் ஊட்டியது இன்னும் நினைவி லிருந்தது. எப்பொழுது இந்தக் குழந்தை தாய்க்கு புத்திசொல்லும் அளவுக்கு வளர்ந்தது என்று நினைக்கும்போது ஆச்சரியமாக இருந்தது.

தொலைபேசியைக் கையில் பிடித்துக்கொண்டு விபிக்கா நாற்காலியிலிருந்து இறங்கி தன் ஆய்வுக்கூடத்தில் பரிசோதனைக்காக கூண்டில் அடைத்து வைக்கப்பட்டிருந்த இரவு விலங்குகளின் முன் நிமிர்ந்து நின்றார். திரும்பி சுவரில் பதித்திருந்த ஆள் உயரக் கண்ணாடியைப் பார்த்தார். பழைய தளபாடங்களும், மருத்துவ இதழ்களும், மேசையில் கட்டுக்கட்டாக பேப்பர்களும் பீசா கோபுரம் போல சரிந்து கிடந்தன. அந்தப் பின்புலத்தில் அவருடைய ஒல்லி யான தேகமும், ஒட்ட வெட்டிய தலைமுடியும், பிரத்தியேகமான சிவப்புக் காலணியும் பிரதிபலிப்பதைக் கண்டார்.

ஒரு பறவை கிளையில் உட்காருவதுபோல மெதுவாக தன் நாற்காலியில் அமர்ந்தார். அவருடைய கழுத்தைச் சுற்றிக் கிடந்த டெலிபோனில் மகளின் மிருதுவான குரல் அவர் காதுகளில் ஒலித்தது. ஏதோ நினைப்பில் கணினியில் வந்த மின்னஞ்சல்களை கீழே உருட்டி மேலோட்டமாகப் பார்த்தவரை ஒரு செய்தி ஓவென்று அழைத்தது.

'மகளே, நீ நம்பமாட்டாய். என் சக பேராசிரியை, விஞ்ஞானி, மின்னஞ்சல் அனுப்பியிருக்கிறார். கொஞ்சம் நில். இதனை நான் உனக்கு வாசித்துக் காட்ட வேண்டும். இவர்தான் எங்களுக்கு எதிரான கென்டக்கி ஆய்வுக்குழுவின் தலைவர். அவர் என்ன எழுதியிருக்கிறார் தெரியுமா? நீ தயாரா? 'ஆண்கள் ஆளும் இந்த உலகில் கவனம் பெறுவதற்கு நான் புதிரான கவர்ச்சி காட்டும் சிவப்பு உடையில் மருட்டும் பெண்மணியாக மாறத் தேவையில்லை.'

மகளுடைய அதிர்ச்சியான எதிர்வினைக்கு விபிக்கா காத்திருந் தார். ஒரு பதிலும் வராததால் தொடர்ந்தார். 'அவர் சொல்வதில் எனக்கு உடன்பாடுதான். நீ என்ன சொல்கிறாய்? ஒருவர் அணியும் உடையில் என்ன இருக்கிறது? அவருக்குள்ளே என்ன இருக்கிறது என்பதுதான் முக்கியம்.'

'அம்மா, உன்னுடைய பிறாண்டும் நகங்கள் கொண்ட எதிரி பற்றி எனக்கு கேட்க விருப்பம்தான். நான் இப்ப போகவேண்டும். பின்னர் அழைக்கிறேன்.'

தொலைபேசியை வைத்துவிட்டு மின்னஞ்சலைத் திரையிலி ருந்து அகற்றியபோது அது ஒளிவீசிக்கொண்டு அழிந்தது. இழுப் பறையிலிருந்து உடைகள் பட்டியல் புத்தகத்தை எடுத்து இரண்டு சோடி சிவப்பு காலணிகளுக்கும், ஒரு முதல்தரமான சிவப்பு விருந்து ஆடைக்கும் மின்னஞ்சல் மூலம் ஆணை கொடுத்தார். அந்த ஆடை மாடல் அழகியின் கால்களை மூடுவதற்கு எந்த வித முயற்சியும் எடுக்கவில்லை. ஐம்பதுகளைத் தொடப்போகும் அவருடைய கால் களை அது என்ன செய்யும் என்ற கற்பனையில் அவர் மூழ்கினார். 'சிவப்போ இல்லையோ என்னுடைய ஆய்வுக் கட்டுரையை மதிப்புமிக்க The American Bone and Joint Journal பத்திரிகை ஏற்றுக் கொண்டு விட்டது. உன்னுடையதை நிராகரித்தது. அவ்வளவுதான்.'

சமீபத்தில் அட்லாண்டாவில் நடந்த மருத்துவ விஞ்ஞானி களின் மாநாட்டில் டாக்டர் விபிக்கா விக்டர் ஓர் அறையில் தன் ஆராய்ச்சி உரையை முடித்துவிட்டு இன்னொரு அறைக்கு வேறு கட்டுரை படிப்பதற்காக ஓடிக்கொண்டிருந்தார். அவர் இடது கையில் மடிக்கணினியும், வலது கையில் கட்டுக் கட்டாக பேப்பர் களும், வாயில் அன்றைய நிகழ்ச்சிநிரலும் இருந்தன. சிலருக்கு தலை யாட்டியும், சிலரைக் காணாததுபோல தவிர்த்தும், இங்கேயும்

அங்கேயும் அவசரமாக நடந்தபோது அவருடைய குதி உயர் சிவப்புக் காலணி எழுப்பிய 'கிளிக், கிளிக்' ஒலியில் எல்லோரும் சட்சட் டென்று விலகினர். அவர் மின்தூக்கியில் ஏறியபோது ஒரு மனித அலை நகர்ந்து இடம் விட்டது.

மின்னொளிப் பிரகாசத்தில் எத்தனைதான் விறைப்பாகவும், கூச்சமாகவும் அவர் உணர்ந்தாலும் விளக்குகளின் ஒளியைக் குறைத்து இருள் சூழ்ந்ததும், அவர் உரையாற்றியபடியே மிளிரத் தொடங்குவார். அரங்கிலே உள்ள பெரிய திரையில் அவருடைய முழு உருவமும் தெரியும். இரண்டாயிரம் சோடி காதுகள் அவர் சொல்லும் ஒவ்வொரு சொல்லையும் உள்வாங்கக் காத்திருக்கும் போது அவரை அறியாமல் அவர் குரலில் நுணுக்கமான உணர்வு களும், அற்புதமான தொனியும் வெளிப்படும்.

நாள் முடிவில் இரு ஆண்கள் அவரை அணுகிச் சீனாவுக்கு செல்லும் நோய் எதிர்ப்பியல் ஆய்வுக் குழுவுக்கு அவர் தலைமை தாங்கமுடியுமா என்று கேட்டனர். அவர்கள் வாஷிங்டனிலிருந்து வந்திருந்தார்கள். சீனாவுக்கும் அமெரிக்காவுக்கும் இடையில் நல்ல புரிந்துணர்வு ஏற்படவேண்டும், தொழில்முறையில் மட்டுமல்ல தனிப்பட்ட முறையிலும் சிநேகமான உறவு பரிமளிக்கவேண்டும் என்பதுதான் அவர்கள் விருப்பம். மூட்டு முடக்கு வாதத்துறை குழுவும் அவர் சீனா வரவேண்டும் என விரும்பியிருந்தது. சீனக் குடியேற்றவாசிகளுக்கு ஏற்படும் முழங்கால் வாதம், மற்றும் குருத் தெலும்பு தேய்வுகள் பற்றி அவர் வெளியிட்ட ஆய்வு உலகத்தின் கவனத்துக்கு வந்திருக்கிறது.

விபிக்கா இந்த அழைப்பு பற்றி யோசித்தார். சிவப்பு, சீனாவின் மங்கலமான நிறம். ஆகவே அவர் புது ஆடைகள் வாங்கத் தேவை இல்லை. பல வருடங்களாக அவர் சிவப்பு ஆடைகளையே அணிந்து வந்தார். இப்படியொரு தற்செயலான லாபம் கிடைப்பதை அவர் எண்ணிப் பார்க்கவில்லை.

அவர் வளர்த்த பூனை சமீபத்தில் சிறுநீரகம் பழுதுபட்டு இறந்து விட்டது. ஆய்வுக்கூட சுண்டெலிகளுக்கு அது பெரிய இழப்பு அல்ல. கலிஃபோர்னியா வாழ் எதிர்பால் விரும்பும் ஆண்களுக்கு அவர் இருப்பதே தெரியாது. பெய்ஜிங்குக்கு 12 நாள் விஞ்ஞான, கலாச்சார புரிந்துணர்வு பரிமாற்றத்துக்கான பயணம் கொஞ்சம் ஆர்வத்தை ஏற்படுத்தியது.

'அம்மா, நீ பறவைபோல சிந்திக்கப் பழகு. பறவைபோல நட. பறவைபோல உன் இனத்துடன் கூட்டமாக இரு.' அவர் மகள், சில நாட்களுக்கு பின்னர் அழைத்து அமெரிக்காவின் கிழக்கு கரையோர உச்சரிப்பில் சொன்னாள்.

'பறவையைப்போல கூட்டமாக இருப்பதா? சரி, வேறு என்ன புத்திமதி, மகளே.'

'அம்மா, சீனாவின் நீண்ட பயணம் பற்றிய வரலாறு உனக்குத் தெரியவேண்டும். அது தெரியாமல் போகக்கூடாது. முக்கியம்.'

'ஓ, நான் மாவோ பற்றிக் கேள்விப்பட்டிருக்கிறேன்.'

'அம்மா, அது போதாது. ஒவ்வொரு சீனக் குழந்தைக்கும் கூட மாவோ யாரென்பது தெரியும். இன்னும் கொஞ்சம் அறிவைக் கூட்டவேண்டும்.'

'என்ன மாதிரி?'

'உதாரணம், நீண்ட பயணம்.'

'என்ன நீண்ட பயணம்?'

டாக்டர் விபிக்கா விக்டர் அவரது பணியிடமான பேலோ அல்டாவிலிருந்து சில மைல் தூரத்தில் தனியாக வசித்தார். சீனா வுக்கு போகமுன்னர் அவர் ஒருமாதம் மருத்துவமனையில் நோய் எதிர்ப்பியல் மருத்துவராகக் கட்டாயப் பணியாற்றவேண்டும். ஒவ்வொரு தடவையும் கட்டாய மாதம் வரும்போது அவருக்கு நடுக்கம் பிடித்துவிடும். இந்தப் பயம் நீண்ட நேரம் நோயாளிகளுக்கு சேவை செய்யவேண்டுமே என்பதனால் அல்ல. 12 மணிநேரம் தொடர்ந்து வேலை செய்த பின்னர் அவருக்கு வியாழக்கிழமைகளில் அரை நாள் ஓய்வு கிடைக்கும். மனித உடம்பில் ஏற்படும் நோய்களை ஆராய்ந்து கண்டுபிடிக்கும் அவர் திறனில் ஒரு குறையும் இல்லை. நோயாளிகளில் காணப்படும் அறிகுறிகளை வைத்து 15 விதமான நோயின் சாத்தியக்கூறுகளை அவரால், அவரைச் சுற்றி நிற்கும் மருத்துவ மாணவ மாணவிகளை மயக்கும் விதமாக விவரிக்க முடியும். அவரிடம் நீங்கள் ஹரிஸன் மருத்துவ புத்தகத்தின் 481வது பக்கத்தை ஒப்பிக்கச் சொன்னால் 'எந்தப் பதிப்பு?' என்று கேட்டு உங்களைத் திகைக்க வைப்பார்.

உண்மையில் விபிக்காவின் பிரச்சினை என்னவென்றால் நோயாளி களின் கைகளைப் பிடிப்பது, கண்களைப் பார்ப்பது, மேலும் அவர் கள் உணர்வுகளுக்கு அனுசரணையாகப் போவது. அவை அவ ருக்குச் சுத்தமாகப் பிடிக்காது.

ஆனால் ஆய்வுக்கூடத்தில் சுண்டெலிகளுடன் நாட்களைக் கழிப்பது அவருக்கு பிரியமானது. அவற்றின் செல்களிலிருந்து புரதச்சத்து மூலக்கூறுகளை ஊசியால் உறிஞ்சியெடுக்கும்போது அவருக்கு ஏற்படக்கூடிய உணர்ச்சிப் பரவசத்தை விவரிக்க முடி யாது. அவருடன் மனதுக்கு நெருக்கமாக இருந்த ஆண் அவருடைய மகளின் அப்பாதான். ஆனால் அவர் விபிக்காவுக்கு மறக்க முடியாத

இரண்டு அடையாளங்களைக் கொடுத்துவிட்டுப் பிரிந்து போனார். ஒன்று அவர் பெயர், மற்றது மகள். கடைசியாகத் தொடர்பு கொண்டபோது அவர் எவரெஸ்ட் சிகரத்தை எட்டுவதற்காகப் பயிற்சி எடுத்துக்கொண்டிருந்தார். அதன் பின்னர் 15 வருடங்கள் எவரெஸ்ட் சிகரம் ஏறும் குழுக்களுக்கு வழிகாட்டியாக இருக்கிறார்.

சனிக்கிழமை ஆய்வுக்கூடத்தில் விபிக்கா வசதியாக அமர்ந்து சுண்டெலிகள் கீச்சிட, மெசின்கள் சத்தம்போட, குளிர்சாதனப் பெட்டி விட்டுவிட்டு உயிர்பெற்று முனங்க, தன் மகள் அனுப்பிய 'சிவப்பு ராணுவம்' புத்தகத்தை வெளியே எடுத்தார். கால்களை மேசைமேல் போட்டு, அவ்வப்போது விற்பனை மெசினில் வேண்டிய உணவை வருவித்து உண்டபடி, முன் அட்டையிலிருந்து பின் அட்டைவரை புத்தகத்தை ஒரே நாளில் படித்து முடித்தார்.

கைக்கடிகாரத்தைப் பார்த்தபோது நாள் முடிவுக்கு வந்ததை உணர்ந்தார். இருட்டிலே கடிகாரம் ஒளிர்ந்தது, மார்ச் 2004, இரவு 9.05. மேசை நாள்காட்டித் தாளை கிழித்தார். அவருடைய மகள் வாஷிங்டனில் புத்தம் புது நாள் ஒன்றைத் தொடங்கியிருப்பாள். விபிக்கா, தான் வாசித்து முடித்த புத்தகம் பற்றிச் சிந்தித்தார். தன் தோழர்களுடன் தலைவர் மாவோ மேற்கொண்ட அந்த நெடும் பயணம் எத்தனை ஆச்சரியகரமானது. ஆண்களும், பெண்களும் கைகோர்த்து, மலைகள், சமவெளிகள், பள்ளத்தாக்குகள், வயல்கள் என்று பயணம் செல்கின்றனர். வழியில் பிறக்கும் பிள்ளைகள் கைவிடப்படுகின்றனர். போராட்டம் உந்துதல் பெறுகிறது. வரலாறு பிறக்கிறது.

அவர் உடம்பில் திடீரென்று சக்தி அதிகமாகிறது. மின்விளக்கை அணைத்துவிட்டு உடல் பயிற்சி ஆடையை அணிந்துகொண்டு வீடு நோக்கி ஓடத் தொடங்கினார். எட்டு கலிஃபோர்னியா மைல்கள்.

பெய்ஜிங் குன்லுன் ஹொட்டல் அறையினுள் நுழைந்தபோது ஒரு வரவேற்புக் கூடை அவர் படுக்கை மேல் இருந்தது. அதற்குள் பண்டாக்கரடி வடிவமைப்பில் கொலர் வைத்த டீ சேர்ட்டும், சீனச் சப்பாத்தும், நறுமணத் தைலமும் காணப்பட்டன. 'அமெரிக்காவில் செய்தது' என நறுமணத் தைலத்தில் எழுதியிருந்தது. 'அப்படியா' என நகைப்புடன் நினைத்துக்கொண்டார்.

பெய்ஜிங்கில் இரண்டாவது நாள், சீன நேரம் காலை இரண்டு மணிக்கு முழிப்பு வந்துவிட்டது. எந்த டிவி சானலை திருப்பினாலும் மோனிக்கா லுயின்ஸ்கியும், நிக்கோல் கிட்மனும் மாறி மாறி வந்தனர். அவர்கள் ஆங்கிலம் பேசினாலே அலுப்பாக இருக்கும். இங்கே மாண்டரின் மொழியில் இன்னும் மோசமாக வதைத்தனர். தூக்கம் வரும் அறிகுறியில்லை. டிவியை அணைத்துவிட்டு ஒரு நாற்காலியில்

நிமிர்ந்து நெடுநேரம் உட்கார்ந்தார். பின்னர் பயணப் பெட்டியில் இருந்து சில முக்கியமான மருத்துவ இதழ்களையும், போலரோய்ட் காமிராவையும், மெல்லிய நீளக் காலுறையையும் மற்றும் சிவப்பு உதட்டுச் சாயத்தையும் எடுத்து தோள்பையில் அடைத்தார். நறுமணக் குளியலுக்குப் பிறகு உடம்பில் கொஞ்சம் தென்பு பிறந்தது. தன் தொழில் உடைகளையும், சிவப்புக் காலணிகளையும் அணிந்து, அடர்த்தியான மாசுக்காற்றினால் சூழப்பட்ட சயோங் நகரின் வீதிக்கு வந்து தன்னை அழைத்துப் போகவரும் வாகனத்துக்காகக் காத்து நின்றார்.

பீக்கிங் மருத்துவமனை சார்ந்த இளம் மருத்துவ மாணவ மாணவிகள் நடைபாதை ஓரங்களில் நின்று ரகஸ்யக் குரலில் பேசினர். முட்டிமோதியபடி, திருகுசுருள்போல அவர்கள் சுறுசுறுப் புடன் இயங்கினார்கள். அவர்களுடைய வயதுகளைக் கணிக்கவே முடியவில்லை, பறவைகளைப்போல. நடுத்தரவயது மைனாவையும் இளம் மைனாவையும் எப்படிப் பிரித்தறிவது? ஆனால் முதுமை அப்படியொன்றும் சூட்சுமமானதில்லை. அது வரும்போது உலகத் துக்குத் தெரிந்துவிடும்.

இளம் மாணவ மாணவிகள் புடைசூழ ஒரு முதியவர் வேகமாக நடந்து வந்தார். கருத்தரங்கு கூடத்துக்குள் அவர் நுழைந்ததும் மாணவ மாணவிகள் மௌனமாகினர். அமெரிக்க ஆய்வுக் குழுவை அவர் இனிய மெல்லிய குரலில் வரவேற்றார். அடிக்கடி குனிந்து ஒரு சின்னச் சிரிப்புகூட வெளிப்படாமல் வணங்கினார். அவர் பேசியபோது மாணவ மாணவியர் அவருக்கு உயர் மரியாதை அளித் தனர். அவருடைய ஒவ்வொரு சொல்லையும், கடற்கரையில் அபூர்வ கிளிஞ்சல்களைச் சேகரிப்பதுபோல, ஆர்வத்துடன் பொறுக்கிக் கொண்டனர்.

விபிக்காவை பேச அழைத்தபோது அவர் அரங்கிலிருந்தவர்கள் மீது மழை கொட்டுவதுபோல மருத்துவத் தகவல்களைப் பொழிந் தார். ஒளிப்படங்கள் திரையில் தொடர்ந்து மாறிமாறி ஓட, அவர் அவற்றை விளக்கினார். மிகவும் சிக்கலான மருத்துவக் கோட்பாடு களை நுட்பமான விளக்கங்களுடன் நீளமாகப் பேசியபோது அதை மொழிபெயர்த்தவர் சுலபமான சொற்தொடர்களில் சுருக்கமாகச் சொன்னார். ஆனால் விபிக்கா சிறிய வசனங்களில் சொன்னபோது, மாண்டரின் மொழியில் நீட்டி முழக்கினார். கேள்வி நேரத்தில் வந்த கேள்விகள் ஆழமாக இருந்ததால் அவர்களின் மொழிப் பரிமாற்றம் திருப்திகரமாக இருந்ததை ஊகிக்கமுடிந்தது.

நிகழ்ச்சி அமைப்பின்படி ஒரு நோயாளியைச் சக்கர நாற்காலி யில் மேடைக்கு அழைத்து வந்தனர். அந்த மனிதரின் கடினமான நோய்க்குணங்களை ஆராய்ந்து சபையிலே விவாதித்து விபிக்கா

அவர் கருத்துக்களைப் பகிரவேண்டும் எனக் கேட்டுக்கொண்டனர். அவர் தன் முடிவுகளை தர்க்கரீதியில் விளக்க முன்னரே மொழி பெயர்ப்பாளர் இன்னொரு பணிக்காக பாதியிலேயே குனிந்து வணங்கி விடைபெற்று போய்விட்டார். ஒரு சில சீன மாணவர்கள், மற்றும் மொழிக் கூச்சம் அற்றவர்கள் ஒரு மாதிரி விவாதத்தை தொடர முயன்றனர்.

இது ஓர் அருமையான கலாச்சார பரிமாற்றம் என விபிக்கா நினைத்தார். பலவிதமான தகவல்களை அகழ்ந்தெடுத்த புது அனுபவம் அவருக்கு உற்சாகத்தைத் தந்தது. நோயாளி பாவம், அதே சக்கர நாற்காலியில் அசையாமல் உட்கார்ந்திருந்தார். சந்திரன் போன்ற அவருடைய முகத்துக்குக் கீழே கழுத்தைச் சுற்றி சிவப்புச் சால்வை கிடந்தது. ஒட்டிக்கிடந்த புருவங்களுக்கு மேல், மறையும் சூரியன் போன்ற அம்மைத் தழும்பு. நாற்காலியில் அமர்ந்திருந்த வருக்கு அதிசயமாக அங்கிருந்தவர்களிலும் பார்க்க அதிகமாக ஆங்கிலம் தெரியும்போல பட்டது. ஒரு செப்படி வித்தைக்காரர் போல அவர் மெதுவான குரலில் சபையோரின் கேள்விகளையும், விபிக்காவின் பதில்களையும் பரிமாற உதவினார். சம்பிரதாயமான பல கைகுலுக்கல்களுக்குப் பிறகு கூட்டம் முடிவுக்கு வந்தது.

அமெரிக்கக் குழு அதன் பின்னர் சக்கர நாற்காலிக் கிழவரை, சிவப்பு கழுத்துச் சால்வையுடன், ஒரு மரத்தின் கீழ் கண்டது. அருகாமையில், மருத்துவ மனையின் வடக்கில், பித்தளை கோபுரம் காட்சியளித்தது. அவர் பக்கத்திலே நின்ற பிரம்மாண்டமான டிராகன் உருவச் சிலையை பிரமிப்புடன் பார்த்தனர். மேலே விதானத்தில் பறந்த கொடிகளின் கீழ் குழுவினர் ஒன்று சேர்ந்தனர். விபிக்கா அவர்களைத் தன்னுடைய போலரோய்ட் காமிராவில், மிகச் சிரமப்பட்டு, டிராகனை காமிரா சதுரத்துக்குள் அடக்கியும், கிழவரை வெளியே தள்ளியும், படம் எடுத்தார்.

அடுத்த நாள், கடுமையாக உழைத்த குழு அங்கத்தினர்களுக்கு விடுமுறை என அறிவித்தார்கள். ஜனாதிபதி கிளிண்டனுக்கு பிரியமான பீக்கிங் வாத்தை அண்மையிலுள்ள உணவகத்தில் ருசிபார்ப்பதற்குப் பலர் முடிவெடுத்தனர். விபிக்கா தன்னுடைய உடல் பயிற்சி கட்டை கால்சட்டையையும், பரிசாகக் கிடைத்த டீசேர்ட்டையும் அணிந்து, இம்பீரியல் யுவான் தோட்டத்தை பார்க்கப் போவதற்கு முடிவு செய்தார். அவருடைய முதுகுப் பையில் தொலைபேசி எண்கள், மாண்டரின் எழுத்தில் அவர் தங்கிய ஹொட்டல் முகவரி, முக்கியமான பயணப் பொருட்கள் அடைக்கப்பட்டிருந்தன. அவர் தன் கல்லீரலை எப்படி விட்டுவிட்டு போகமாட்டாரோ அப்படியே அந்தக் கைப்பையையும் அவர் எங்கே போனாலும் தன்னுடனே எடுத்துப் போவார்.

வாடகைக்கார் அவரைச் செதுக்கிய பச்சைக்கல் உருவங்கள் விற்கும் அங்காடிக்கு பக்கத்தில் இறக்கிவிட்டது. எல்லாச் சந்தைகளைப்போல அது சத்தமாக இருந்ததுடன் கடலின் ஓசையும் சேர்ந்துகொண்டது. சினிமாக்களில் வருவதுபோல இறைச்சிப் பகுதி கொலைக்களம் போல காட்சியளித்தது. விபிக்கா மறுபக்கம் திரும்பிக் கொண்டார். சிறிய மலிவான உணவகங்களின் முன்னால் காட்சிக்கு வைக்கப்பட்ட கண்ணாடித் தொட்டிகளில் பலவிதமான நீர்வாழ் ஜந்துகள் நீந்தின. வெவ்வேறு விதமான மனிதர்களின் ருசியைத் திருப்திப்படுத்த அவை தங்கள் தசையைப் பழுதுபடாமல் வைத்திருப்பதற்கு கடுமையாக உழைத்தன.

நிற்காமல் சத்தமிடும் போக்குவரத்து வாகனங்கள், மனிதக் குரல்கள் ஆகியவை அவர் காதுகளை நிரப்பி இது அந்நிய மண் என்பதை அவருக்கு தொடர்ந்து நினைவூட்டின. அவர் தோட்டத்தை அண்மியபோது சில சிட்டுக்குருவிகளும் அவருடன் சேர்ந்து கொண்டன. அவை உணவைப் புற்களில் குதித்து குதித்து தேடின. விபிக்காவின் காலடிகள் விழும்போது மிகச்சரியாக அவற்றின் இடைவெளியில் புகுந்து உணவைக் கொத்திக்கொண்டு நகர்ந்தன. இத்தனை அதிகம் மனிதர்களைப் பார்க்கும்போது சிறுவர் சிறுமிகளின் எண்ணிக்கை குறைவாகவே காணப்பட்டது ஆச்சரியத்தை தந்தது. பழங்கதையில் வரும் ஹாம்லின் நகரத்து ஊதுகுழல்காரன் மாயமாக சிறுவர் சிறுமிகளை கவர்ந்து சென்று விட்டானோ என்று நினைக்கத் தோன்றியது. திரும்பிய இடமெல்லாம் செயற்கை நீரூற்றுக்கள் தண்ணீரை விசிறியடித்து மகிழ்ச்சியைத் தந்தன. எங்கே தண்ணீரைக் கண்டாலும் சீனர்கள் அதை நடனமாடச் செய்துவிடுவார்கள்.

சனத்திரளுடன் ஒட்டிக்கொண்டு ஒடுக்கமான பாதையில் விபிக்கா தோட்டத்தை நோக்கி நடந்தபோது தனக்கு சொந்தமான வெளிக்கு என்ன ஆனது என்று யோசித்தார். எது எல்லை என்று தீர்மானிக்கிறாரோ அது மாறியபடியே இருந்தது. சனத்திரள் அலையில் அசைக்கமுடியாத அங்கமாகிவிட்டதை உணர்ந்தார். களிப்புணர்ச்சி பிரவாகமும், பயமும் மாறிமாறி மனதில் பின்னிக் கொண்டன. புதிய நிலக்காட்சி; புதிய முகங்கள். சிறிது நேரம் விபிக்கா உணர்ச்சியின் உச்சத்துக்குக் கடத்தப்பட்டார். இந்தக் கனவு நிலை அழிந்து இயல்பு நிலைக்குத் திரும்பியபோது அவர் முதுகுப்பை காணாமல் போய்விட்டது. மந்திரவாதியின் தொப்பிக்குள் முயல் மறைவதுபோல.

விபிக்கா நின்று பார்த்த திசை கிழக்காகவோ அல்லது தென் மேற்காகவோகூட இருக்கலாம். பீதியில் அவர் முகத்து தசைநார்கள் திருகி அதை உருத்தெரியாமல் செய்தன. தொண்டை வறண்டது;

நாக்கினில் முள்ளுப்பந்து ஒன்று உருண்டது. தட்டித்தடவி சனத் திரளிலிருந்து வெளியேவர முயன்றபோது அணிவரிசை, நெடுவரிசை என மாறி மாறி அள்ளுப்பட்டு மீளமுடியாமல் தத்தளித்தார்.

இலக்கில்லாமல் ஓடி ஒரு நடைபாதை விற்பனைக்காரனின் கவனத்தை ஈர்க்கப் பார்த்தார். அவர் என்ன சொல்ல வருகிறார் என்பது அவனுக்குப் புரியவில்லை. கேள்வியைச் சரியாக புரிய வைக்க வேண்டும் என நினைத்தார். அவருக்கு இப்போது தேவை இந்தப் பிரபஞ்சத்தில், சூரியக் குடும்பத்தில், அவர் தங்கியிருக்கும் ஹொட்டலின் பெயர். விபிக்காவால் அந்தப் பெயரை எவ்வளவு முயன்றும் ஞாபகத்துக்கு கொண்டுவர முடியவில்லை. அவருடைய அப்போதைய எதிர்காலம் ஒரு சின்னச் சமாச்சாரத்தில் தொங்கியது. ஒரு சில சீன எழுத்துக்கள் சேர்ந்த வார்த்தை. எந்த மனித மொழி யிலும் ஒரு சில அசைகளில் சொல்லக்கூடிய பெயர். அவருடைய 300 ஆய்வுப் பதிப்புகள், 15 கருத்துருக்கள் அனைத்தும் ஒரு பொருட்டே இல்லை. அவர் யாராகவும் இருக்கலாம். ஒரு வித்தி யாசமும் இல்லை. மாயமான அவர் தங்கும் ஹொட்டலின் பெயரை ஞாபகத்துக்கு கொண்டு வருவதுதான் இப்பொழுது முக்கியம்.

கையில் ரோசா மலர்களை ஏந்தியபடி வேகமாக நடந்த ஒரு சின்னப் பெண்ணை விபிக்கா கண்டார். கண்மடல்கள் பாதி மூடி யிருந்தாலும், அந்தப் பெண்ணின் ஒலிவ் கண்கள் அவர் எச்சரிக்கை யானவர் என்று கூறின. விபிக்காவின் உள்மனம் சொல்லியபடி அவரைத் தொடர்ந்தார். என்ன செய்வதென்று தெரியாமல் இருந்த வருக்கு அவரைத் தொடர்வது ஆறுதலாக விருந்தது. அந்தப் பெண் ஒரு கட்டடத்துக்குள் நுழைந்து மறைந்து விட்டார். அது ஒரு புத்தகக் கடை. நிச்சயம் அங்கே யாருக்காவது ஆங்கிலம் தெரியக்கூடும். பலர் நின்ற நிலையில் புத்தகங்களை வாசித்துக் கொண்டிருந்தனர். விபிக்கா மேல் தளத்துக்கு சென்று அங்கே வேலை செய்யும் ஒரு வரை தேடினார். புத்தகம் விற்பவர், அடுக்குபவர், சுத்தம் செய்பவர் என யாராக இருந்தாலும் பரவாயில்லை.

கட்டடத்தின் உச்சியிலிருந்து யன்னல் வழியாக அவர் பார்த்த போது தூரத்தில் ஒரு கட்டடத்தின் மேல் பித்தளையால் அமைக்கப் பட்ட கோபுரம் தெரிந்தது. பலவிதமான கொடிகள் காற்றிலே சிறகடிப்பதுபோல பகட்டாக பறந்தன. அதன் படபடப்பு சத்தம் காற்றிலே மிதந்து அவருக்கு கேட்டதுபோல இருந்தது. கொடிகளுக்கு கீழே அதே டிராகன் உருவச்சிலை. பிசகே இல்லாமல் முதல்நாள் போலரோய்ட் காமிராவில் படம் பிடித்தது இதைத்தான். புத்தகக் கடையைவிட்டு பாய்ந்து வெளியே வந்தார். அந்தக் கட்டடத்திலி ருந்து கண்களை எடுக்காமல் விபிக்கா அதை நோக்கி நடக்கத் தொடங்கினார்.

'மத்திய உடல்நல அமைச்சகத்திலிருந்து வெளியேறும் வதந்தி களை நிறுத்தும் வேலையில் நாங்கள் மும்முரமாக இருக்கிறோம்' என்று அலுவலக சீருடை அணிந்து மேசையில் இருந்த மனிதர் சொன்னார். இளம் பெண் அதிகாரி, மருத்துவ வளாகத்தில் விபிக்கா இங்கும் அங்கும் அலைவதைக் கண்டு அவரை நிர்வாகப் பகுதி மூத்த அதிகாரியின் அறைக்கு அழைத்து வந்திருந்தார். அந்த அதிகாரி தங்கு தடையில்லாத ஆங்கிலம் பேசினார். 'சமீப காலங் களில் அந்நியர்கள் எங்கள் மருத்துவமனைகளில் புகுந்து தகவல் களைத் திருடுவது கண்டுபிடிக்கப் பட்டிருக்கிறது.' மதிப்பாக சிகரெட் புகைத்தபடி அவர் விபிக்காவை உன்னிப்பாக அவதானித்தார். பின்னர் அவரை ஒரு மடிப்பு கதிரை மேல் அமரச் சொல்லி சைகை காட்டினார்.

'நீங்கள் என்னைத் தவறாக எண்ணிவிட்டீர்கள். நான் டாக்டர் சேங் அவர்களால் இங்கே அழைக்கப்பட்ட கௌரவ விருந்தாளி. ஓ, கடவுளே அவர் பெயர் டாக்டர் வாங் ஆகவும் இருக்கலாம். அல்லது டாக்டர் லீ என்பதுகூட பொருத்தம்தான். அவருடைய பெயர் தற்சமயம் என் ஞாபகத்தில் இல்லை. ஆனால் நேற்று நான் இங்கே நோய் எதிர்ப்பியல் துறைக்கு வந்திருந்தேன். நான் டாக்டர் விக்டர்; டாக்டர் விபிக்கா விக்டர்.'

அதிகாரி நம்பவில்லை. சிகரெட்டை வாயிலிருந்து எடுக்காமல் முணுமுணுத்தார். 'அப்படியா? இருக்கலாம். நான் மா சேதுங்.' அவருடைய ஏளனப் பேச்சு விபிக்காவுக்கு புரிந்தது. சமீபத்தில் சீன வரலாறு படித்தது அவருக்கு உதவியது. இப்பொழுது விபிக்காவுக்கு ஒரு விசயம் துலக்கமானது. சாதாரணமான 'யாரோ ஒருவர்' என்பதிலிருந்து அவர் இப்போது உளவாளி ஆகியிருந்தார்.

'எங்கள் பிரச்சினை இதுதான். கெட்ட வதந்திகள். போலியான பால் பவுடர், விலங்குகளைத் தாக்கும் பறவைக் காய்ச்சல் வைரஸ்; எங்கள் ரத்த வங்கிகள் மூலம் பரவும் ஹெச்.ஐ.வி. முடிவே இல்லாமல் கிளப்பிவிடப்படும் இப்படியான வதந்திகள்.'

விபிக்கா ஒன்றைக் கவனித்தார். ஒவ்வொரு முறை பேச முன் னரும் அதிகாரி ஒரு சிகரெட்டை எடுத்து உதட்டில் வைப்பார். பேசும்போது அவர் வார்த்தைகள் சிகரெட்டைச் சுற்றி வெளியே வரும். சிகரெட் அவர் உதட்டில், சுட்டு விரலால் குற்றம் சாட்டுவது போல, ஆடிக்கொண்டே இருக்கும். 'உலகப் பத்திரிகைகள் இந்த வதந்திகளைப் பிரசுரித்து, அவை வரலாற்றுப் புத்தகங்களில் அச்சிடப்பட்டு, மாணவர்களுக்கு பாடமாக அமைந்து விடுகின்றன. தேர்வுகளில் இந்தவிதமான கேள்விகளுக்கு மாணவர்கள் விடை எழுதுகிறார்கள். நாங்கள் ஏதாவது செய்ய முன்னரே வதந்திகள்

பேருண்மை ஆகிவிடுகின்றன.' ஏதோ அவர் தன் வேலையைத்தான் செய்கிறார் என்பதுபோல மிரட்டல் இல்லாத தொனியில் பேசினார்.

அளவற்ற சோர்வு விபிக்காவை மூடியதால் அவர் அதிகாரியின் பேச்சைக் கேட்பதை நிறுத்திவிட்டார். அவர் ஒரு விதியையும் மீற வில்லை. அன்றைய சூரியன் மறைவதற்குள் அவர் குற்றவாளியல்ல என்ற உண்மை புரிந்து அவரை விடுவித்து விடுவார்கள் என்ற நம்பிக்கை இருந்தது. அதிகாரிக்கு பின்னால் இருந்த யன்னல் வழியாக விபிக்கா வெளியே பார்த்தார். காட்டுப் புறாக்கள் சூரிய வெளிச்சத்தில் ஒவ்வொரு நிமிடமும் முகடு வரைக்கும் பறந்து பின்னர் கீழிறங்கி மீண்டும் மேலே பறந்தன.

செல்பேசியில் யாருடனோ நீண்ட நேரம் பேசிய பின்னர் மூத்த அதிகாரி, கட்டளைக்காக எதிரில் காத்திருந்த பெண் அதிகாரிக்கு என்னவோ சைகை காட்டினார். அவர் விபிக்காவை நடைவழிக்கு மற்றப்பக்கத்தில் உள்ள ஓர் அறைக்குள் அழைத்துச் சென்றார். எந்த திசையில் எதற்காகப் போகிறோம் என்பதை ஊகிப்பதற்கு போதிய ஆற்றல் விபிக்காவிடம் இல்லாவிட்டாலும் நடப்பதே பெரும் ஆறுதலாக இருந்தது. அந்தப் பெண் வட்டமாக சிகையை முடிந்து அதன்மேலே அலங்கார முடியை ஏற்றியிருந்தார். ஒரு வண்ணமடித்த நாரையைப் போலவே அவர் தோற்றமளித்தார். அவருடைய ஒய்யார நடையினால்கூட அந்த எண்ணத்தை மாற்ற முடியவில்லை.

அறைக்குள் நுழைந்ததும் பெண் கதவைச் சாத்தினார். 'உடையை களையுங்கள்.' மூன்று வயதுக் குழந்தையிடம் சாதாரண மாக 'வாழைப்பழத்தை உரி' என்று சொல்வதுபோல இருந்தது. பின்னர் உறுதியாக தலையை ஆட்டிச் சொன்னார் 'உள்ளாடை களையும் சேர்த்துத்தான்.' 'ஓ, என்னுடைய உள்ளாடைகளையுமா? கடவுளே, இன்று மாற்றினேனா? காலையில் குளித்த பின்னர் புதியதை அணிந்தது ஒருவாறு நினைவுக்கு வந்தது. 'பிராவையும் கழற்றவேண்டுமா?' அவர் திகைப்புடன் கேட்டார். அந்தப் பெண் ஆமென்பதுபோல தலையை அசைத்தார்.

கவனத்துடன் மடிக்கப்பட்ட கழிவறைக் காகிதச் சுருள் அவரு டைய வலது பிராவிலிருந்து கீழே விழுந்தது. வார்த்தைகள் உருவாகு மென்றால், வாய் திறக்குமென்றால், அவர் இப்படிச் சொல்லி யிருப்பார். 'ஒரு பாதுகாப்புக்காகத்தான். என்னுடைய மகள் எப்பவும் தயாராயிருக்கும்படி சொன்னாள். இங்கே சில கழிவறைப் பொருட் களுக்கு தட்டுப்பாடு இருப்பது உங்களுக்குத் தெரியும்தானே. அடிப்படை தேவைப் பொருட்களை நான் வழக்கமாக என்னுடன் எடுத்துச் செல்வேன். ஒரு மார்பு கொள்ளக் கூடியதைத்தான் நான் எடுத்து வந்தேன். கூடவும் இல்லை; குறையவும் இல்லை. இது பெரும் குற்றமா?'

பெண் அதிகாரி குனிந்து உடைகளையும், கழிவறைப் பேப்பரையும் எடுத்துக் கொண்டார். 'இங்கே காத்திருக்கவும். நான் வருகிறேன்' என்று கூறிவிட்டு கதவை மெதுவாகச் சாத்தியபடி வெளியே போனார். விபிக்கா அசையாது நின்றார். உறைந்துபோய். நிர்வாணம் தாங்கக் கூடியதுதான். ஒரு சின்ன அசைவும் நிர்வாணத்தைக் கூட்டியது. யாரையாவது உடனே தொடர்புகொள்ளவேண்டும் என்ற பெரும் ஆவல் அவரை உந்தியது.

'மனித பரிணாம வளர்ச்சியில் உடை எப்படி இடம்பிடித்தது? உடலுக்கு உண்மையில் அது தேவையான ஒன்று அல்ல. இது அழகுணர்வு சம்பந்தமானது. நீங்கள் என்ன நினைக்கிறீர்கள்?' அறையில் இருந்த ஒரேயொரு மனிதரிடம் அவர் கேட்டார். வெள்ளைச் சுவரில் பதித்துக் கிடந்த மாவோவின் சட்டமிட்ட புகைப்படம் அது. மாவோவின் உருண்டையான முகம், செந்நிறமாக அலுப்புடன் காணப்பட்டது. எதிர் சுவரில் ஈரவர்ணம் காற்றில் உலருவதை ஆர்வமாகக் கவனிப்பவர் போல இருந்தார். விபிக்கா வுடைய சிந்தனை உள்ளடுக்குகளில் மாவோவுக்கு சிரத்தை இல்லாதபோதும் அவர் கவலைப்படாமல் பேசத் தொடங்கினார்.

'மனிதகுலம் முழுக்க ஒரு புள்ளியை நோக்கித்தான் நகர்கிறது. விரும்பியோ விரும்பாமலோ நாங்கள் ஒருவரோடு ஒருவர் பின்னப்பட்டிருக்கிறோம். மொழியில்லாமல் பேசினோம். தடை வேலிகள் இல்லாமல் அணிவகுத்துச் சென்றோம். உங்களுடைய நீண்ட பயணம் போல. நான் யார் என்பதோ, எப்படி நான் அழைக்கப்படுகிறேன் என்பதோ பொருட்டல்ல. லிசா, அலெக்சா, அண்டார்ட்டிக்கா எல்லாமே ஒன்றுதான்.'

கதவைத் தட்டாமல் சட்டென்று உள்ளே நுழைந்த பெண் அதிகாரி 'நட' என்றார். விபிக்காவின் அதிர்ச்சியான முகத்தைக் கண்டபோதும் அதிகாரியின் முகத்தில் மாற்றமில்லை. 'மன்னிக்கவும் உடுப்பை போட்டுக்கொண்டு வெளியே வரவும்' என்று சொல்லிவிட்டு ஆடைக் குவியலைக் கொடுத்தார். விபிக்கா ஆடைகளை அணிந்தார். 'தோழரே, நான் சொன்னதை செவிமடுத்ததற்கு நன்றி.' மாவோவிடம் விடை பெற்றார்.

விபிக்கா வெளியே வந்தவுடன் அந்தப் பெண் அவருடைய மணிக்கட்டை இறுகப் பற்றினார். அந்தப் பிடி அவருடைய ரத்தத்தை வற்றச் செய்துவிடும்போல பட்டது. பெண் அதிகாரியும் விபிக்காவும் கிருமிநாசினி தெளித்த மருத்துவமனை நடைவழியில் நடந்தார்கள். அது எழுப்பிய நாற்றம் மருத்துவமனைகளுக்கே உரியது. பக்கத்துத் தோட்டத்தில், நோயாளிகளைப் பார்க்க வந்த குடும்பங்கள் உட்கார்ந்திருந்தன. நன்றாகப் பராமரிக்கப்பட்ட புல்தரையும், செவ்வந்திப் பூக்களும் விபிக்காவுக்கு சிறிய ஆறுதலைக் கொடுத்தன.

இளந்தென்றல் அவர் கன்னத்தை வருடி தலை முடியையும் கலைத்தது.

சக்கர நாற்காலியில் உட்கார்ந்திருந்த நோயாளியின் உறவினர்கள் வீட்டிலிருந்து கொண்டுவந்த உணவு கிளப்பிய மணம் அமெரிக்காவில் அனுபவித்த சீன உணவு போலவே இல்லை. கடைக்கண்ணால், கழுத்துச் சால்வை சுற்றிய, ஒட்டிப்போன புருவம் கொண்ட கிழவரை, விபிக்கா அடையாளம் கண்டார். அவர்தான், அந்த நோயாளி, உடல் வற்றியவர், ரத்த சோகைக்காரர்.

'ஓ, கடவுளே எனக்கு அந்த மனிதரைத் தெரியும்.' பெண் அதிகாரியைத் தரதரவென்று பலமாக இழுத்துக்கொண்டு விபிக்கா கிழவரின் பக்கம் ஓடினார். 'அவர் பாட்டனார் விவசாயி. காச நோயாளர். மூன்று சகோதரர்கள். வலது கால் மூன்றாவது விரல் அழுக ஆரம்பித்துவிட்டது.' ஒரு ட்ரக்டர் கிளம்பும்போது எழுப்பும் ஒலி போல, பதற்றத்துடன் விட்டுவிட்டு சத்தம் போட்டு, முன்னாலே பாய்ந்தார்.

ஒட்டிய புருவ மனிதர் பாராட்டுணர்வோடு அவரைப் பார்த்தார். விபிக்காவின் மணிக்கட்டை இறுக்கிப் பிடித்திருந்த கை கொஞ்சம் தளர்ந்தது. கிழவருடைய வாயிலிருந்து புரிந்துகொள்ள முடியாத வார்த்தைகள் வெளியே வந்தன.

குறிப்பு; இந்தச் சிறுகதை ஆசிரியரை 2004இல் நான் தொடர்பு கொண்டு மேற்படி கதையை மொழிபெயர்க்க அனுமதி கேட்டேன். மறுத்துவிட்டார். ஒவ்வொரு புது ஆண்டு பிறக்கும் போதும் அனுமதி கோருவேன். கிடைக்காது. இந்த வருடம் பிறந்த போது 'சரி' என்று சம்மதம் சொல்லிவிட்டார்.

தைலா ராமானுஜம் கலிஃபோர்னியாவில் கடந்த 25 வருடங்களாகப் பணியாற்றும் பிரபலமான (Rheumato logist) கீல் வாத மருத்துவர். அத்துடன், அமெரிக்கப் பல் கலைக் கழகத்தில் முதுகலைப் பட்டமும் (MFA in literature and writing) பெற்றவர். நான் அறிந்தவரை தமிழ் மருத்துவர் ஒருவர் இலக்கியத்தில் முதுகலைப் பட்டம் பெற்றிருப்பது இதுவே முதல் தடவை என நினைக்கிறேன். இவருடைய சிறுகதைகள் பல அமெரிக்க இலக்கியப் பத்திரிகைகளில் வெளியாகி விருதுகள் பெற்றிருக்கின்றன. இவர் எழுதிய Recycling சிறுகதை மிகச் சிறந்ததாகத் தெரிவு செய்யப்பட்டிருக்கிறது. இவர் வேறு யாருமல்ல; தலைசிறந்த எழுத்தாளர் சுந்தர ராமசாமியின் இரண்டாவது மகள்.

❑

லூனாவை எழுப்புவது

ஆயிஷா காவாட்

தமிழில்: அ.முத்துலிங்கம்

என்னுடைய ஒன்றுவிட்ட சகோதரி லூனா, ஜேர்சி நகரத்திலுள்ள சுப்பர் 8 விடுதி அறை ஒன்றில் உறங்குகிறாள். இந்த விடுதி கட்டணம் செலுத்தும் சுரங்கப் பாதைக்கு எதிரிலும், வீடு திருத்த வேலை சாமான்கள் விற்கும் ஹோம் டிப்போவுக்கு பக்கத்திலும் உள்ளது. இங்கே வசிப்பவர்கள் ஹோம் டிப்போவுக்குப் போய் அங்கே சுத்தியலும், சுவருக்குப் பூசும் வர்ணமும் வாங்கப்போவதில்லை என்பதை நினைக்கும்போது எனக்குக் கொஞ்சம் துக்கம் ஏற்படுகிறது. ஆனாலும் அது அங்கே பிரம்மாண்டமாக காத்திருக்கிறது. நியூயோர்க் நகரம் 8 டொலரும், 10 நிமிடமும் செலவாகும் தூரத்தில் இருக்கிறது.

லூனா என்னை அழைக்காத இரவுகளில் அவள் இப்படித்தான் இருப்பாளென நான் கற்பனை செய்கிறேன். ஒட்டிப்பிடிக்கும் கட்டில் விரிப்புகள் மேலே, சிராய்த்துத் தள்ளும் பொலியெஸ்டர் போர்வைகள் மூட, மூலைகள் மஞ்சளாகிப்போன தலையணைகள் மேல் படுத்துறங்குகிறாள். அவள் கட்டில்கள் ஆடி அசைந்து முனகி அவளைத் தாலாட்டும். மெத்தைகள் கன்னங்களை அழுத்தி கோணல் சிரிப்பு உண்டாக்கும். அவளுடைய மினுங்கும் உடலின் மேல் குளிர்காற்று வீசும் மெசின்கள் தூசிகளைச் சொரியும்.

நெருப்பில் வாட்டிய ஆட்டு இறைச்சி பல மைல்கள் தூரத்துக்கு மணக்கும் பேபிரிட்ஜ் நகரத்திலிருந்து அப்பாவுடைய பழைய காரை நான் இங்கே ஓட்டிவந்திருக்கிறேன். நான் திராட்சை இலைகளை சாப்பிட்டுக்கொண்டிருந்த வேளையில் லூனா என்னை அழைக்கிறாள். 'என்னை வந்து அழைத்துப் போ.' அது ஆணை இல்லை. கெஞ்சல் இல்லை. சாதாரண ஒரு வாக்கியம்தான். வெள்ளிக்கிழமை பின்மதியம் என்பதால் எங்களுடைய இரண்டு அம்மாமாரும் தொழுகைக்குப் போய்விட்டார்கள். என்னுடைய அப்பா தன்

நண்பர்களுடன் வீதி மூலையில் உட்கார்ந்து புகைபிடித்துக் கொண்டி ருக்கிறார். நான் நூலகத்துக்குப் போக வேண்டும் என்று சொன்னதும் கார் சாவியை எடுத்து நீட்டுகிறார்.

நான் பழைய டயர்கள் விற்கும் கடைக்குப் பக்கத்திலும், 'ஜோர்சி நகரம் வரவேற்கிறது' என்ற விளம்பரப் பலகைக்கு அருகேயும் காரை நிறுத்துகிறேன். விடுதி வரவேற்பறையில் இருந்து லூனாவை அழைக்கிறேன். பதில் இல்லை. நான் கண்ணாடி யன்னல் அழைப்பு மணியை அமுத்தினேன். சிறிது நேரம் கழித்து எனக்குப் பின்னால் ஒருவர் நிற்பதை உணரமுடிகிறது. வியர்வை வழியும், கட்டையான, வலது பக்கம் மட்டுமே மீசையுள்ள மனிதர். நான் அவருக்குச் சொல்ல விரும்புகிறேன், 'உங்களுக்குத் தெரியுமா, உங்கள் முகத்தில் அரை மீசைதான் உள்ளது.' பெரிசாக மூச்சு விட்டுக்கொண்டு எனக்கு நெருக்கமாக நிற்கிறார். அவர் ஏதோ சொல்கிறார். அதன் பொருள், '12 மணிக்கு அவள் விடுதி அறையிலிருந்து போயிருக்க வேண்டும். உடனே அவளை வெளியேற்று.'

எனக்குப் புரிந்துவிட்டது, லூனாவின் வசீகரத்துக்கு அகப் படாத மனிதர் இவர் என்று. அப்பா ஒருமுறை லூனாவை மீட்கப் போனபோது அவள் மேசைமேல் குந்தியிருந்து தொக்கையான ராணுவக்காரனுடன் பெருவிரல் சண்டையில் மும்முரமாக இருந் தாள். அதுபோல அல்ல இது. ஒருதடவை மேல்நிலைப் பள்ளியில் படித்தபோது மாணவ மாணவிகள் வீதியைக் கடக்க உதவி செய்பவர் இவளிடம் ஒளித்தடியை கொடுத்திருக்கிறார். இவள் சூனியக்காரி போல ஒளித்தடியை தாறுமாறாக வீசியடித்திருக்கிறாள். அது போலவும் அல்ல இது. எனக்கு உடனே நிலைமை புரிந்துவிட்டது. பாதிமீசை மனிதர் எங்கள் வேலையை சுலபமாக்கப் போவதில்லை. எப்படியும் கொஞ்ச நேரம் சம்பாதித்து லூனாவை அறையினுள் வைத்து அடைத்துவிட வேண்டும்.

எங்களுக்கு எட்டு வயதாயிருந்தபோது, எங்கள் தொழுகை முடியுமட்டும் உலகம் அப்படியே நிற்கும் என்றுதான் நினைத் திருந்தோம். வெள்ளைத் தொழுகைத் துணிகளால் தலையை மூடி, முழங்காலில் உட்கார்ந்து, வளைந்து பின் தலையை வலது பக்கமும் இடது பக்கமும் திருப்பி 'சமாதானம் உண்டாகட்டும்' என வேண்டிய பின் எழும்பி நின்று தலை துணிகளை கழற்றிவிட்டு பார்த்தால் Duck Tales டிவியில் ஓடி பத்து நிமிடம் முடிந்துவிட்டது பெரும் அதிர்ச்சியை அளிக்கிறது.

அரை மீசைக்காரர் என்னை மாடிப் படியேறி முதலில் வலது பக்கம் திரும்பி பின்னர் இடது பக்கம் போகச் சொல்கிறார். அவரும் என்னை விடாமல் பின்தொடருகிறார். 206ம் அறை வந்ததும் என்னை நிற்கச் சொல்லிவிட்டு எனக்குப் பின்னால் நின்றபடி

திறப்பை நீட்டிக் கதவுத் துவாரத்தில் நுழைக்கிறார். அவருடைய மூச்சு என் கழுத்துப் பகுதியில் படுகிறது. அவர் கண்கள் என் மார்பைப் பார்க்கின்றன. தொழுகைப் பிரார்த்தனையில் என்ன அன்று போதிப்பார்கள் என்று என் மனம் யோசிக்கிறது.

கதவு திறக்கிறது. இரண்டு பிரபல துப்பறியும் நிபுணர்கள் குற்றம் நடந்த இடத்தை சோதிக்க வந்ததுபோல நாங்கள் நிற்கிறோம். மீசைக்காரரைப் பார்த்து நன்றி என்று சொல்கிறேன். 'அந்தப் பெண்ணை சுத்தம் செய்ய நான் உதவமுடியும்' என்கிறார். நான் 'பரவாயில்லை' என்றதும், 'என்னுடைய விடுதியில் விலைமகள்கள் இல்லை. உனக்குத் தெரியும்தானே' என்கிறார்.

'அவள் விலைமகள் கிடையாது' என்று சொல்ல ஆரம்பிக் கிறேன். அவருடைய கை மணிக்கட்டை விட்டு விலகியதுபோல என்னுடைய உடம்பில் ஊரத்தொடங்குகிறது. 'நீ வனில்லாபோல மணம் வீசுகிறாய்' என்கிறார். அவர் என்னைத் தொடரமுன் நான் அறைக்குள் நுழைந்து கதவை மூடி, சங்கிலியை மாட்டி, தாழ்ப்பாளை போட்டுவிடுகிறேன். அவர் மறுபக்கத்தில் நின்று 'நான் ஒரு நிமிடத் தில் திரும்புவேன்' என்கிறார்.

லூனா படுக்கையில் பதனம் செய்யப்பட்ட எகிப்திய பிணம் போல நேராக அசைவின்றிக் கிடக்கிறாள். நான் அவளுக்குப் பக்கத் தில் படுத்து அவள் வயிற்றிலே கைவைத்து அது மேலும் கீழும் அசைவதை உணர்கிறேன். ஒருகாலத்தில் அப்படிக் கைவைக்காமலே அவள் மூச்சு விடுகிறாள் என்பதை என்னால் சொல்லக்கூடியதாக இருந்திருக்கிறது. இப்பொழுது அளவுக்கதிகமான அவளுடைய மூச்சுக்காற்று என்னைச் சுத்தியிருக்க எனக்கு சிறிது மயக்க உணர்வு ஏற்படுகிறது. நான் கண்களை மூடிக்கொண்டு ஐந்து நட்சத்திர வால்டோர்ஃப் ஹொட்டலில் இருப்பதாகக் கற்பனையில் மூழ்கிறேன். லூனா, தான் எங்கே இருக்கிறாள் என்பது எனக்குத் தெரியக்கூடாது என்று நினைக்கும்போது வால்டோர்ஃப் ஹொட்டலில் தங்கியிருப்ப தாகத்தான் புளுகுவாள்.

போன வருடம் அவளுடைய பிறந்ததினம் அன்றுகூட மறைந்து போனாள். அவளுடைய அம்மா, லூனாவுக்கு மிகவும் பிடித்தமான, பிஸ்தா போட்டுச் செய்த இனிப்புச் சாதத்தில் மெழுகுதிரியை குத்தப்போன சமயம் லூனா காணாமல் போய்விட்டாள். மூன்று மணிநேரம் கழித்து நான் அவளை பிளாட்புஷ் வீதியில் காலணிகள் இல்லாமல், மென்சிவப்பு குழல் உடுப்பில் கண்டுபிடித்தேன். அந்த உடையை அவளுடைய அம்மா கண்டிருந்தால் முழங்காலில் விழுந்து உடனேயே பாவமன்னிப்பு தொழுகையை ஆரம்பித்தி ருப்பார். 'அமீரா, நான் என்னுடைய காலணிகளை என்ன செய்தேன் தெரியுமா?'

‘நாசமாய் போனவளே, நீ எங்கே போனாய்?’

‘ஓ, வால்டோர்ஃப் ஹொட்டலுக்குத்தான்’ என்றபடி என் கால்களின்மேல் ஏறி நின்று என் தோள்மூட்டுக்குள் முகத்தை நுழைத்தாள். ‘நான் டேவ் சப்பலின் சகோதரனைச் சந்தித்தேன். அவன் மஞ்சள் நிறமுடி திறந்த காரை ஓட்டுகிறான். அவன்தான் என்னை வால்டோர்ஃப் ஹொட்டலுக்கு அழைத்துச் சென்றவன். பரிசாரகன் வந்து எனக்கு என்ன இரவு உணவு வேண்டும் என்று கேட்டபோது நான் ‘ஒரு பிளேட் நிறைய இனிப்பு வகைகள்’ என்று சொன்னேன். நான் அவனுடன் போயிருக்கத்தான் வேண்டும்.’

என்னுடைய ஒன்றுவிட்ட சகோதரி லூனா நிறைய போதைப் பொருளை மூக்கினால் உறிஞ்சுகிறாள். பகல் நேரத்தில் தாயாருடன் உட்கார்ந்து தொலைக்காட்சி பார்த்துவிட்டு, இரவுகளில் பிக்கினி உடையில் மதுவிடுதிகளில் நடனமாடுகிறாள். இளைஞர்கள் வாய்களில் மதுவை ஊற்றிவிடுகிறாள். முதியவர்கள், இளம்பெண்களின் சுருண்டுபோன உடல்களை மடிகளில் சுமந்து, காதுகளில் அவர்களின் இனிய வார்த்தைகளைக் கேட்டு மகிழ்கிறார்கள். வழுக்கை விழாவிட்டால், இளம் விரல்கள் முடியைக் கோதிவிடுவதை விரும்புகிறார்கள்.

லூனாவின் அம்மா அவள் நாய் காப்பகம் ஒன்றில் இரவு வேலை செய்கிறாள் என்றே நினைக்கிறார். நாய்களுடன் அவள் இத்தனை நேரம் கழிப்பது அவருக்கு விருப்பமே இல்லை. ஆனால் அவள் வேலையிலிருந்து திரும்பும்போது அவள் உடம்பில் பெருகி ஒட்டியிருக்கும் வியர்வையும், கழுத்துக் கீறல்களும், உள்தொடையில் உள்ள கன்றிப்போன காயங்களும், மூக்குத் துவாரங்களில் தினமும் காணப்படும் இளஞ்சிவப்பு நிறமும் அவள் பொய்யை உண்மையாக்கப் பயன்படுகின்றன. உண்மை தெரிந்தால் அவளுடைய தாயார் ஒரு இஸ்ரேலியனுடன் லூனா ஓடிப்போய்விட்டாள் என்பதுபோல மனம் உடைந்துபோய்விடுவார். லூனாவுடைய தகப்பனை எகிப்துக்கு நாடு கடத்தியிராவிட்டால், அவர் அங்கே சிறையில் அடைத்து வைக்கப்பட்டிராவிட்டால், லூனாவை அவர் நில வறையில் பூட்டி வைத்திருப்பார்.

லூனாவுக்குப் பக்கத்தில் படுத்திருந்து அவள் மூச்சு விடுவதைப் பார்த்தபோது, நான் கண்களை மூடி எகிப்திய படுக்கை விரிப்பின் தன்மையை என்னால் உணரக்கூடும் என்பதுபோல நடிக்கிறேன். மேசையில் ஒரு சாம்பெய்ன் போத்தலும், இரண்டு கிளாஸ்களில் நுரைதள்ளும் பானமும் இருப்பதாக கற்பனை செய்கிறேன். எகிப்திய கோபுரவடிவில் ராஸ்பெர்ரி பழமும், சொக்கலேட்டும் அடைத்த இனிப்புவகைகள் அடுக்கி வைக்கப்பட்டிருக்கின்றன. ஒரு வெள்ளித்

தட்டை ஏந்தியபடி, நீளமான கறுப்பு மேலங்கி பணியாளன் ஒருவன் கதவுக்கு வெளியே நிற்கிறான். எனக்கும் எனது ஒன்றுவிட்ட சகோதரி லூனாவுக்கும் வால்டோர்ஃப் ஹொட்டல் தாளில் எழுதப்பட்ட ஒரு கடிதம் அந்த வெள்ளித்தட்டில் காத்திருக்கிறது. 'ஓ, அந்தக் கடிதத்தை கதவின் கீழ் தயைசெய்து வைத்துவிடு' என்று சொல்கிறேன். அது வேறு என்னவாக இருக்கும்? நகரபிதா மீண்டும் தேநீர் விருந்து அழைப்பை நாங்கள் ஏற்றுக்கொண்டோமா என அறிய விரும்புகிறார்.

நான் கண்களைத் திறந்தபோது யாரோ கதை இடிப்பது தெரிகிறது. நான் இங்கே அதிக நேரம் படுத்துக் கிடந்துவிட்டேன். நான் என்ன என்ன புத்தகங்களை நூலகத்திலிருந்து எடுத்து வருவேன் என அப்பா சிந்தித்தபடி இருப்பார். அம்மா தக்காளி வெட்டுவதற்கு என்னைத் தேடுவார். லூனாவின் அம்மா எகிப்து சிறையில் இருக்கும் கணவனுடன் ரகஸ்யமாக ஒழுங்கு செய்யப்பட்ட தொலைபேசியில் பேசுவதற்கு லூனாவின் வரவை பார்த்திருப்பார்.

'கதவைத் திற,' மீசைக்காரர் கத்துகிறார்.

'ஒரு நிமிடத்தில் வெளியே வந்துவிடுகிறோம்.'

'அறையில் ஏற்படுத்திய சேதங்களை கணக்கெடுக்கவேண்டும்.'

'ஒரு சேதமும் இல்லை.'

'நான் உனக்கு உதவ விரும்புகிறேன். நான் அவளை வெளியே தூக்கிச் செல்வேன். வரவேற்பறையில் மீதி தூக்கத்தை அவள் தூங்கி முடிக்கலாம். நீயும் நானும் பேசலாம். நீ விலைமகள் அல்லவென்று எனக்குத் தெரியும். விலைமகள் அப்படி மணம் வீசுவது கிடையாது. உனக்கு இலவசமாக ஓர் இரவு தங்க அறை வேண்டுமா? நான் கடிக்க மாட்டேன். தயவுசெய்து கதவைத் திற. சனியன் பிடித்த சங்கிலியைக் கழற்று. நான் உடைக்கப்போகிறேன். இது என்னுடைய ஹொட்டல். கதவைத் திற.'

நான் லூனாவை மெல்ல அசைக்கிறேன், அவளில் மாற்றமில்லை. எனக்கு முழுநாள் இருந்தால் நான் அவளைத் தூங்க அனுமதிப்பேன். கடைசியாக அவள் எழும்பியதும் வாந்தி எடுத்தாள். அவளுடைய தலைமயிரை நான் ஒழுங்காக்கிப் பின்னியபோது லூனாவின் கன்னம், குளிர்ந்த ஒரு துண்டு உடைந்துபோன கழிவறை இருக்கையின் மேல் கிடந்தது. ஓர் அழகு நிலையத்தில் நாங்கள் நிற்பதுபோல கற்பனை செய்துகொண்டு, முடி நிரம்பிய குளியல் தொட்டியை, புண்ணாகிப்போன லூனாவின் கால்விரல்களை நனைப்பதற்காக, இளஞ்சூட்டு நீரினால் நிரப்பினேன். நாங்கள் ரேடியோவை பாடல் நிலையத்துக்கு வைத்துவிட்டு குளிர் காற்று வீசும் மெசினுக்கு முன்னால் எங்கள் உடைகள் காற்றினால்

ஊதிப்பெருக்க நடனம் ஆடுவோம். அவளுடைய உள்ளாடைகளை தரையிலிருந்து பொறுக்க உதவி செய்வேன். படுக்கைக்குப் பின்னால் நின்று அவள் இருமி தன் குரலைச் சரியாக்கும் வரைக்கும் நான் பொறுமையாகக் காத்திருப்பேன்.

கதவை இடிப்பது நின்றுவிட்டது. கதவு நீக்கல் வழியாக பேர்கர்கிங் கைதுடைக்கும் பேப்பரில் ஏதோ எழுதி உள்ளே தள்ளு கிறான். 'நாயே, நான் போலீசைக் கூப்பிடுகிறேன்' என எழுதியிருக் கிறது. நேற்று புதிதாக இருந்த வெள்ளைத் துணி ஒன்று குளிய லறையில் கிடைக்கிறது. அதைச் சுடுநீரில் நனைத்து, படுக்கையில் படுத்து மூச்சுவிடும் லூனாவிடம் எடுத்துச் செல்கிறேன். ஊதா நிறத்தில் மாறியிருக்கும் அவள் கன்னக் காயத்தை மெதுவாக ஈரத்துணியினால் ஒற்றி எடுக்கிறேன். எலி ஒன்று மண்ணைத் துளைத்து முதன்முதல் வெளிச்சத்தை எட்டிப்பார்ப்பதுபோல அவள் கண்கள் கோடாக மெல்லத் திறக்கின்றன. நனைந்த துணியைப் பிடித்திருப்பது என்னுடைய கைதான் என்று லூனா உணர்ந்ததால் அவள் பயப்படவில்லை. 'ஹாய்' என்றாள். அவள் கன்னத்தில் ஒட்டியிருந்த ரத்தத்தை ஈரத்துணி மூலையினால் துடைத்து விடுகிறேன். நனையாத துணிப் பக்கத்தால் கழுத்துப் பட்டையையும், நெற்றியையும் மெதுவாகத் தட்டுகிறேன். 'ஹாய்' என்கிறேன்.

மறுபடியும் துணியைத் தண்ணீரில் தோய்த்து, பாதி உபயோ கித்த சோப்கட்டியை தேய்த்து துணியை முதலில் ஒரு காலில் சுற்றி பின்னர் மறுகாலில் சுற்றி மெல்ல அழுக்கை அகற்றுகிறேன். கொப்பு ளங்களை மெதுவாகத் தடவி விடுகிறேன். கால்விரல்களை லூனா என்னை நோக்கி நீட்டுகிறாள். ஏழு வயதாயிருந்தபோது நாங்கள் இருவரும் பூங்காவில், அம்மா எத்தனை சொல்லியும் கேட்காமல், காலணிகளைக் கழற்றியதை கற்பனை செய்கிறேன். அவள் காலுக் குள் ரெக்சஸ் மாநிலம் அளவு சிம்பு ஒன்று குத்தி நுழைந்திருக்கிறது. அவள் கெந்தியபடி முழுதூரமும் கடந்து வீட்டுக்குப் போனபோது அழவே இல்லை. அவளுடைய கால் விரல்களை கழிவறைக் காகிதச் சுருளால் ஒவ்வொன்றாகச் சுற்றுகிறேன். ஒரு முதல் உதவிப் பெட்டியும், கைத்துப்பாக்கியும் கொண்டு வந்திருக்கலாமே என்று படுகிறது.

நான் குளியலறைக்கும் படுக்கைக்குமாக மாறிமாறி நடப்பதைப் பார்த்தபடியே லூனா இருக்கிறாள். 'நான் வால்டோர்ஃப் ஹொட்ட லுக்கு இதற்கு முன்னர் போனதே கிடையாது,' என்று வேலை செய்தபடியே சொல்கிறேன். 'நீ படுத்திருந்தபோது நான் ஜக்கூசி குளியல் தொட்டியில் குளித்து பின்னர் சொகுசான வெள்ளைப் பருத்தி குளியல் மாற்றுடையால் என்னை மூடிக் கொண்டு, நீ எழும்பியவுடன் அருமையான இனிப்பு வகைகளை சாப்பிடுவ

தற்காகக் காத்திருக்கிறேன். உனக்குத் தெரியுமா இங்கே கேபிள் டிவி இருக்கிறது? மணமகள் உடை அலங்காரங்களை நீண்ட நேரம் தொலைக்காட்சியில் காட்டினார்கள்.'

நான் விடாமல் தொடர்ந்து பேசியபடி, லூனாவை நிமிர்த்தி, இருக்கும் நிலைக்கு கொண்டுவந்த பின்னர் அவளுடைய தலை வழியாக உடையை நீக்குகிறேன். உடையில் ரத்தக் கறைகள் அங்கு மிங்கும் காணப்பட்டன. இந்த உடையை லூனா எங்கே வாங்கினாள் என்பது எனக்கு ஞாபகம் வருகிறது. அவள் ஒரு விசுவாசமிக்க வாடிக்கையாளர்.

நான் வரும்போது என்னுடன் தலையை மூடக்கூடிய, விளை யாட்டுக்கு அணியும் மேல்சட்டையும் கால்சட்டையும் அத்துடன் செருப்புகளும் கொண்டுவந்திருக்கிறேன். ஏனென்றால் அவள் திருப்பித் திருப்பி தொலைபேசியில் அதைத்தான் சொன்னாள். 'என்னுடைய கால்கள் வலிக்கின்றன.' அவள் என்மேல் சாய்கிறாள். அவளுடைய நிர்வாண மார்புகள் என் முன்கைகளின் மேல் தொங்க, அவள் கால்சட்டை அணிய நான் உதவுகிறேன். அவள் கால்களை நீட்டி படுக்கையில் உட்கார்ந்திருந்தபோது கழிவறை சுருள் பேப்பரில் சுற்றிய அவள் விரல்களை மெதுவாக செருப்பினுள் நுழைக்கிறேன். கடைசியாக, என் முழங்கால்களில் அவள் சாய்ந்திருக்க பின்பக்கமாக மேல்சட்டையை அவள் கழுத்துவழியாக, காயம்பட்ட கன்னத்தில் உராயாமல் இருப்பதற்காக ஓட்டையை பெரிதாக்கி, அணிவிக்கிறேன். 'எங்களுக்கு அருமையான காலை உணவு முன்கூடத்திலே காத்திருக்கிறது.' நான் சொல்கிறேன் 'அவர்கள் எங்களுக்கு பிரெஞ்சு அப்ப வகையும், காவியாரும் வழங்குவதாகச் சொன்னார்கள். நான் கோபத்துடன் 'எங்களை என்னவென்று நினைத்தாய்? எங்களைப் பார்க்கப் பரதேசிகள் போலவா இருக்கிறது? எங்களுக்குத் தேவை முட்டையும் வாஃவிளும். இரண்டு முறை என்னைச் சொல்ல வைக்காதே. நல்ல வேலைக்காரர்கள் இந்த நாட்களில் கிடைப்பது கடினமாகிவிட்டது,' என்கிறேன்.

நான் கொண்டுவந்த பிளாஸ்டிக் பையில் அவளுடைய உள்ளா டையையும், உடையையும் ஐந்து அங்குலம் உயரமான காலணி களையும் திணித்துவிட்டு அறையை ஒருமுறை சுற்றிப் பார்க்கிறேன். 'நீ வேறு ஏதாவது கொண்டு வந்தாயா?' நான் லூனாவிடம் கேட்கிறேன். அவள் தோளை அசைக்கிறாள். நான் அவளுடைய மெத்தைக்கு கீழும், தலையணை உறைக்குள்ளும் தேடிப் பார்க்கிறேன். படுக்கைக்கு கீழேயும், குளியலறையையும் ஒருமுறை சரிபார்க்கிறேன். குளிர்காற்று பரப்பும் மெசினுக்கு கீழே தரையில் Z எழுத்துப் பதித்த மோதிரம் ஒன்று கிடக்கிறது. 'உன்னுடைய நண்பனா?' என்கிறேன். நான் அதைக் கழிவறைத் தொட்டியில் போட்டு தொலைத்திருக்க

வேண்டும். எதற்காக அவளிடம் கேட்டேன் என்று தோன்றியது. 'நீ நினைப்பதுபோல அவன் கெட்டவன் இல்லை' என்று சொல்ல ஆரம்பித்துவிடுவாள்.

அவள் மோதிரத்தில் பெருவிரலை அழுத்தியபடி சொல்கிறாள், 'சியாட்' என்று. அவளுக்கு என்ன நடந்ததென்று சொல்வதற்கு போதிய அடையாளங்கள் இல்லை. நான் அதை யன்னலுக்கு வெளியே எறியப்போவதுபோல நடித்தேன். லூனா சொல்கிறாள், 'அவன் கழுத்தில் பல்லுக்கடி அடையாளம் இருந்தது. உனக்குத் தெரியும் எனக்கு பல்லுக்கடி விருப்பம் இல்லையென. அவனுக்கு கோபம் பொத்துக்கொண்டு வந்தது.' சியாட் என்றவனுக்கு வெறிபிடித்துவிட்டது என்று நான் நினைக்கிறேன். நான் இங்கே சுப்பர் 8 விடுதி அறையில் நிற்கிறேன். இன்னொரு அரை மீசை மனிதர் வெளியே நின்று போலீசை அழைக்கிறார். அவர் கத்து கிறார்' என்னுடைய விடுதியில் இரண்டு வேசிகள் இருக்கிறார்கள். இரண்டு ஸ்பானிய வேசிகள்.'

எனக்கு நினைவிருக்கிறது எங்களுக்கு 16 வயதாயிருந்தபோது, லூனா யெமென் நாட்டு கால்பந்துக் குழு காப்டனிடம் தன் கன்னித் தன்மையை இழந்தாள். அடுத்த நாளே அவன் லூனா தூய்மை யானவள் இல்லையென அவளைத் தள்ளி வைத்து விட்டான். அவள் மது விடுதி ஒன்றில் வேலைக்குச் சேர்ந்ததும் எனக்கு நினைவுக்கு வருகிறது. தன் தாயிடம் சொல்லவேண்டாம் என்று என்னிடம் கெஞ்சிக் கேட்டிருந்தாள். முதல் இரண்டு வாரங்கள் அவளுக்குக் கிடைத்த அன்பளிப்பு காசை உண்டியலில் சேர்த்து வைத்தாள். சிறையில் இருக்கும் தன் தகப்பனின் வழக்கறிஞருக்கு கொடுப்பதற்காக. அதை உண்மையில் அவள் நம்பினாள்.

போன ரம்ழான் நோன்பு வந்தபோது அவள் விரதமிருந்தது நினைவுக்கு வருகிறது. தியாகம் என்றால் தியாகம்தான். அப்பொ ழுதே என்னிடமிருந்து அவள் ஒதுங்கத் தொடங்கிவிட்டாள். விரதத்தின்போது 15 மணி நேரம் விசுவாசமாக இருந்தாள். சூரியன் மறைந்தவுடன் இனிப்புவகையுடன் பிராந்தியும் கேக்கும் அருந்தி னாள். ஒருவாரம் சென்று மேடையில் நடனம் ஆடும்போது அப்படியே சுருண்டு மயங்கி விழுந்தாள்.

நான் ஏமாற்றியது அவளுக்குத் தெரியாது. நான் ஒருவருக்கும் சொல்லவில்லை. கடந்த மூன்று வருடங்கள் ஒவ்வொரு ரம்ழானும் நான் ரகஸ்யமாக தண்ணீர் குடித்திருக்கிறேன். ஒருவரும் பார்க்காத நேரத்தில், மணிக்கூடு, சூரியனின் மறைவை நோக்கி நகர்ந்தபோது நான் லூனாவின் முகத்தைப் பார்த்தேன். தாகம் என்றால் என்ன வென்று அதைப் பார்த்து தெரிந்து கொள்ளலாம்.

நாங்கள் பத்து வயதாயிருந்தது நினைவுக்கு வருகிறது. குர்ஆன் பள்ளியில் படிக்கும்போது லூனா கைகளைத் தூக்கி தான் மறுபிறவியில் ஆயிஷாவாக பிறக்கவேண்டும் என விரும்புவதாகத் தெரிவித்தாள். ஏனென்றால் ஆயிஷாபோல ஒட்டகத்தில் ஏறி போருக்குச் செல்ல அவளுக்கு விருப்பம். அவளை ஆசிரியர் மூலையில் நிற்க வைத்தார். எங்கள் சமயத்தில் மறுபிறவி என்பது கிடையாது. அவள் அந்த மூலையில் நின்றவாறு இரண்டு திமில் ஒட்டகத்தின்மீது ஏறி போருக்குச் சென்றாள். அப்பொழுதிலிருந்து எங்கள் சுவாசம் தொடுக்கப்பட்டிருக்கிறது. அவள் உள்ளே மூச்சிழுத் தால் நான் வெளியே விடுவேன். அது எப்போது அறுபட்டதோ நினைவில் இல்லை.

லூனா சொன்னாள், 'நீ என்ன நினைக்கிறாய் என்று எனக்குத் தெரியும். அவன் அவ்வளவு மோசமில்லை.' அவனுடைய பெயர் சியாட் அபாசி. மதுக்கடை உரிமையாளரின் 35 வயது மகன். ஒரு பக்கம் ஈரானிய மனைவியும் இரண்டு பிள்ளைகளும்; மறுபக்கம் போதைப்பொருள் வியாபாரம். அவனைப்பற்றி அவள் கூறியது என் நினைவில் வருகிறது. லூனாவுக்குப் பல ஆண்களுடன் சுமூகத் தொடர்பு இருந்தது. அவர்கள் இரண்டு வகையாக இருந்தார்கள். நடனத்துக்குப் பின்னர் அவளுடைய தொலைபேசிக் கட்டணத்தை கட்டுபவர்கள். மாதக் கணக்காக அவளைப் பாராமல் உதாசீனம் செய்துவிட்டு திடீரென்று அவளைக் காப்பாறியவன் என்று காட்டு வதற்காக, ஒருமுழு இரவு நடனத்தையும் காசு கொடுத்து வாங்கு பவர்கள். சியாட் இரண்டாவது ரகம்.

முதல் வந்த சில மாதங்கள் அவளை சியாட் திரும்பிப் பார்க்க வில்லை. அவள் சும்மா ஒரு சாதாரண நடனக்காரிதான். ஒருநாள் இரண்டு வாரம் சம்பளத்துடன் அவளுக்கு விடுமுறை கொடுத்தான். அத்துடன் இரண்டு டஜன் சிவப்பு ரோஜாக்களும் பரிசளித்தபோது அவள் பிரத்தியேகமானவள் ஆகிவிட்டாள். அவர்களுடைய முதல் காதல் சந்திப்பின்போது அவளை உல்லாச விருந்துக்காக லிபர்ட்டி பூங்காவுக்கு அழைத்துச் சென்று பழைய ரயில் ஸ்டேசன் விளக்கு வெளிச்சத்தின் கீழே மதுவகைகளைத் திறந்தான். சில வாரங்களுக்குப் பிறகு அவனுக்கு அலுப்பு வந்துவிட்டது.

'என்ன நடந்தது?' எனக்கு அது தேவையில்லை என்று தெரிந் தும் நான் கேட்கிறேன். அவள் தோளை அசைக்கிறாள். 'இன்னொரு பெண்ணுடன் அவன் படுக்கத் தொடங்கிவிட்டான்.'

எப்பொழுது அவன் லூனாவின் முகத்தில் குத்தினான் என யோசிக்கிறேன். உடலுறவு கொள்ள முன்பா, பின்னரா? லூனாவுக்கு மன்னிப்புத்தன்மை அதிகம். கார் சாவியை சுழற்றியபடி அவன் கார் தரிப்பிடம் நோக்கிப் போவதை என்னால் கற்பனைசெய்ய முடிகிறது.

இனிமேல் வெள்ளைப் பெண்கள்தான் என முடிவெடுத்திருப்பான். இப்படிப் பழுதாகிப்போன பெண்களைக் கைகழுவி விடவேண்டும். அவள் எப்படி வீட்டுக்குப் போவாள்? காசு இல்லை. பல மைல் தூரத்தை எப்படிக் கடப்பாள்?

சியாட்டின் மோதிரத்தை அவள் உள்ளாடை இழுபெட்டியில் மறைத்துவைப்பதை என்னால் கற்பனை செய்யமுடிகிறது. அவளுடைய 7வது பிறந்த தினத்துக்கு எகிப்திலிருந்து எங்கள் பாட்டி கறுப்பு மரத்தில் முத்துக்கள் பதித்த அலங்காரப் பெட்டி ஒன்றை அனுப்பியிருந்தார். லூனாவும் நானும் பலநாட்கள் பூங்காவிலும், அம்மாவின் படுக்கை அறையிலும் பொக்கிஷம் தேடி அலைந்திருக்கிறோம். மணிகள், போலி வைரம், கனடிய ஒரு சதம். நாள் முடிவில் சேகரித்த பொக்கிஷங்களை ஆராய்ந்து எது எது பெறுமதி இல்லாதவை எனத் தீர்மானிப்போம். நான் கண்டுபிடித்த குட்டி தேநீர் குவளையை அவள் நிராகரித்தாள். அவளுடைய குளவிக் கூட்டை நான் நிமிர்ந்தும் பார்க்கவில்லை. நாங்கள் இருவரும் சம்மதிக்க வேண்டும். பல வருடங்களுக்குப் பின்னர்தான் எனக்கு தோன்றியது நான் எனக்கு மட்டும் சொந்தமான பொக்கிஷப் பெட்டியை ஏன் உருவாக்கவில்லை என. அவளுக்குச் சொந்தமானது எனக்கும் சொந்தமானதாகவே இருந்தது.

'தயாரா?' நான் கேட்கிறேன்.

ஒரு கொட்டாவி விட்டுக்கொண்டு தலையை ஆட்டுகிறாள். அவள் சிரிக்கும்போது அவள் முகக்காயம் பாதிச் சந்திரனாக மாறுகிறது. பாதி லூனா.

'நாங்கள் ஓடவேண்டும்' அவளிடம் சொல்கிறேன். இது வழக்கமானதுதான் என்பதுபோல அவள் தலையை ஆட்டுகிறாள். நாங்கள் கட்டடத்தைப் பாதி கடந்த பின் மீசைக்காரர் அலறுவது கேட்கிறது. 'நான் பார்க்கிறேன். வேசிகளே நான் பார்க்கிறேன்.'

லூனா தலையைத் திருப்பி அவரைப் பார்க்கிறாள். 'அவன் ஒரு தீய எல்ஃப்போல இருக்கிறான்' எனச் சொல்கிறாள். அவள் என் கையைப் பிடித்ததும் மேலும் வேகமாக ஓடுகிறோம். கார் கதவு பூட்டினுள் சாவி மாட்டுப்படுகிறது. என்னுடைய உடம்பை கதவினில் இடித்தபடி சாவியைக் குலுக்குகிறேன். லூனா வேட்டையாடப்படும் மானைப்போல சுற்றிலும் பார்க்கிறாள். காருக்குள் பாய்ந்து, கதவுகளைப் பூட்டி காரைக் கிளப்பியபோது, சூனியக் காரிகள்போல, வீதியில் எங்களைவிட்டு மற்றவர்களை அவசரமாக ஓடவைக்கும் பேய்ச் சிரிப்பை சிரிக்கிறோம்.

நாங்கள் நூலகத்துக்குப் போய்விட்டுத்தான் வீடு திரும்ப வேண்டும் என்பது என் நினைவுக்கு வருகிறது. லூனா தரையில்

உட்கார்ந்து கால்களைக் கட்டிக்கொண்டு கதைகள் படிப்பது ஞாபகம் வருகிறது. அதே நேரம் நான் அப்பா அங்கீகரித்த, என்னை இடதுசாரியாக பின்னாளில் மாற்றப்போகும் புத்தகங்களை, தேர்வு செய்வேன். தாயாருடன் வரும் சிறுமிகள் சாம்பல் பச்சை கண்களுடன் காயப்பட்டு நிற்கும் லூனாவை வியப்புடன் நோக்குவதை கற்பனை செய்கிறேன். ஏனென்றால் இளமையான அப்பாவிப் பெண்களாகட்டும், அல்லது படித்த படாடோபமான பெண்கள் ஆகட்டும், அவர்கள் எல்லோருமே லூனாவைப் போன்ற அபூர்வமான அழகை வெறித்தனத்துடன் விரும்புவார்கள். அடுத்தமுறை லூனா அழைக்கும்போது நான் அவள் அழைப்பை ஏற்கக்கூடாது என நினைக்கிறேன். மதுக்கடை பலவான்கள் 'நீ இன்னும் அவள் பின்னால் ஓடுகிறாயா?' என்று விசாரிக்கிறார்கள். கல்லூரி நண்பர்கள் 'அவள் பொறுப்பானவள் அல்ல. உன்னை ஆபத்தான சூழ்நிலைக்கு இட்டுச் செல்வாள்' என்று அறிவுரை கூறுகிறார்கள். நான் பரீட்சைக்குப் படிக்கக்கூடும். அல்லது பெற்றோருடன் இரவு உணவு சாப்பிடும்போது மௌனமாக்கி வைக்கப்பட்ட என்னுடைய தொலைபேசி விடாப்பிடியாகப் பிரகாசிக்கலாம். நான் அவளைப் பற்றி நினைக்கிறேன். அவள் அழைப்புக்கு நான் போகாவிட்டால் நான் யார்? நான் ஒருவருமே இல்லை. ஒருகாலத்தில் என்னுடைய கன்னத்தை அவளுடைய குளிர்ந்த முதுகில் வைத்து சுருண்டுபோய் படுத்திருந்தவள்தான்.

லூனா இருக்கைப் பட்டியை சரிசெய்து ஏறக்குறைய சரிந்து நீளமாக ஷீபா அரசிபோல, கைகளால் சூரிய கிரணங்களை மறைத்தபடி, படுத்திருக்கிறாள். அவளைப் பார்த்தால் அடிவாங்கிய, உடைகளையும் பெண்போலவே இல்லை. தரிப்பிடத்தைவிட்டு காரை வெளியே எடுத்து வெள்ளிக்கிழமை வாகன நெரிசலில் மாட்டுப்பட்டு அசையாமல் நிற்கிறோம். நியூ யோர்க் பெருநகரம் எட்டு டொலரும், 10 நிமிடமும் செலவாகும் தூரத்தில் இருக்கிறது. எனக்கு லூனாவைப் பற்றித் தெரியாது. ஆனால் நான் மூச்சைப் பிடிப்பேன். நியூ யோர்க் நகரம் தோன்றும் வரைக்கும், வீடு போய்ச் சேரும் வரைக்கும் மூச்சைப் பிடிப்பேன்.

❑

(இக்கதை வரிக்கு வரி மொழிபெயர்க்கப்படவில்லை. சில இடங்களில் வாசகர்களுக்குப் புரியவேண்டும் என்பதால் எளிமைப்படுத்தப்பட்டும், சுருக்கப்படுத்தப்பட்டும் இருக்கிறது.)